ஃபேஸ்புக் & இன்ஸ்டாகிராம் மார்க்கெட்டிங்

கோபமாதவன்

சதியா

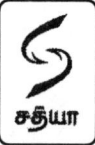

Title:
Facebook & Instagram Marketing
GopaMadhavan
ISBN: 978-93-92474-59-0
Title Code : Sathyaa - 062

நூல் தலைப்பு
ஃபேஸ்புக் &
இன்ஸ்டாகிராம் மார்க்கெட்டிங்

நூல் ஆசிரியர்
கோபமாதவன்

முதற்பதிப்பு
டிசம்பர் 2023

விலை : ₹ 85

பக்கம் : 64

Printed in India

Published by
Sathyaa Enterprises
No.137, First Floor,
Choolaimedu,
Chennai - 600 094.
044 - 4507 4203

Email
sathyaabooks@gmail.com

உள்ளே...

இன்ஸ்டாகிராம் மார்க்கெட்டிங்

1. இன்ஸ்டாகிரா ம் கிளிக் : அறிமுகம் மற்றும் சாத்தியங்கள்   7
(Instagram Click: Introduction and Possibilities)

2. உங்கள் இன்ஸ்டா ஆளுமை கண்டுபிடிப்பு : குரலை கண்டறிந்து அதை வெளிப்படுத்துங்கள்   10
(Finding Your Instagram Persona: Discover Your Voice and Make It Heard)

3. கண்ணை கவரும் காட்சிகள் : புகைப்படங்கள் மற்றும் வீடியோக்களின் சக்தியைப் பயன்படுத்துங்கள்   13
(Eye-Catching Visuals: Harness the Power of Photos and Videos)

4. ஹேஷ்டேக்குகள்: கண்டுபிடிப்பு ரகசியங்கள் மற்றும் உங்கள் இடுகைகளை ஸ்ட்ராடோஸ்பியருக்கு அனுப்புதல்   15
(Hashtag Secrets: Discovery Hacks and Send Your Posts to the Stratosphere)

5. ஈடுபடும் குரல்: கதைகள், லைவ் மற்றும் IGTV மூலம் இணைப்பை உருவாக்குதல்   17
(Engaging Voice: Building Connection Through Stories, Live, and IGTV)

6. ஷாப்பிங் கடை: இன்ஸ்டாகிராம் மூலம் விற்பனை செய்வதன் எளிமை   19
(The Shopping Spree: The Ease of Selling Through Instagram)

7. விளம்பரங்கள்: உங்கள் இலக்கு ரசாயனத்தை கண்டுபிடித்து
   ஈடுபாட்டை அதிகரித்தல் 21
   (Ads: Finding Your Target Audience and Boosting Engagement)

8. ஒத்துழைப்புகள்: மற்ற வணிகங்களுடன் இணைந்து மின்னல்
   வேகத்தில் வளர்ச்சி 24
   (Collaborations: Joining Forces with Other Businesses for Accelerated Growth)

9. தரவு பகுப்பாய்வு: எண்கள் பேசுகின்றன - உங்கள் செயல்திறனை
   அளவிடவும் மேம்படுத்தவும் 27
   (Data Analytics: The Numbers Talk - Measure and Improve Your Performance)

10. எதிர்காலத்தின் பார்வை: உங்கள் இன்ஸ்டாகிராம் தந்திரங்களைத்
    தீர்மானிக்கும் வரவிருக்கும் போக்குகள் 29
    (A Glimpse into the Future: Trending Waves to Shape Your Instagram Strategies)

11. இறுதி கிளிக்: இன்ஸ்டாகிராம் வெற்றிப் பயணத்தில்
    நிலைத்திருத்தல் மற்றும் வளர்ச்சி 31
    (The Final Click: Achieving Sustainability and Growth on Your Instagram Journey)

ஃபேஸ்புக் மார்க்கெட்டிங்

1. ஃபேஸ்புக் மார்க்கெட்டிங் மாயங்கள் : உங்கள் வணிகத்தை அடுத்த கட்டத்திற்கு உயர்த்துங்கள் — 33
2. உங்கள் இலக்குகளை அமைத்தல் மற்றும் உங்கள் ஃபேஸ்புக் வியூகம் உருவாக்குதல் — 35
3. உங்கள் ஃபேஸ்புக் பக்கத்தை உகப்படுத்தல் : காந்தல் போல் ஈர்ப்பவராக மாறுங்கள் — 37
4. கவர்ச்சியான உள்ளடக்கத்தை உருவாக்குதல் : பார்வையாளர்களை ஈடுபடுத்துங்கள் — 39
5. பார்வையாளர்களை இலக்கு இயக்கம் செய்தல் : சரியான நபர்களை அடைவது — 41
6. ஈடுபடும் விளம்பரங்களை உருவாக்குதல் : முடிவுகளை உந்துபவர் — 44
7. உங்கள் ஃபேஸ்புக் சமூகத்தை வளர்ப்பது : உங்கள் வாடிக்கையாளர்களுடன் இணைதல் — 47
8. உங்கள் முடிவுகளை அளவிடுதல் மற்றும் மேம்படுத்துதல் : வளர்ச்சிக்கான தொடர்ச்சியான பயணம் — 49
9. வழக்கு ஆய்வுகள் மற்றும் வெற்றிக் கதைகள் : உத்வேகம் பெறுங்கள்! — 52
10. எதிர்காலத்தை நோக்கி : ஃபேஸ்புக் மார்க்கெட்டிங் போக்குகள் — 54
11. புள்ளி விவரங்கள் மற்றும் பகுப்பாய்வுகள் மூலம் உங்கள் செயல்பாட்டை கண்காணித்தல் : ஸ்மார்ட்டாக முடிவுகளை எடுங்கள் — 56
12. வெற்றிகரமான ஃபேஸ்புக் மார்க்கெட்டிங் பிரச்சாரங்களின் உதாரணங்கள் : கற்றுக் கொள்ளுங்கள் மற்றும் ஈடுபடுங்கள் — 59
13. எதிர்காலத்திற்கான திட்டமிடல் : தொடர்ச்சியான வளர்ச்சி மற்றும் புதுமைகள் — 62

இன்ஸ்டாகிராம் கிளிக் – உங்கள் கனவுகளை ரியாலிட்டியாக மாற்றுங்கள்

இணைய உலகின் கலகலப்பில், ஒரு ஃபிலிட்டர் செய்யப்பட்ட சதுரம் உங்கள் கவனத்தை ஈர்க்கிறது. ஒரு அழகிய இயற்கைக் காட்சி, ஒரு சுவையான உணவுபடம், ஒரு நகைச்சுவை மீம் - திடீரென, நீங்கள் ஈடுபட்டுள்ளீர்கள். இந்த ஈர்ப்பு, நண்பர்களுடன் இணைப்பு, ஷாப்பிங்கிறக்கம், அதிசயம், சிரிப்பு என எதுவாக இருந்தாலும், அது இன்ஸ்டாகிராமின் மந்திரம். இந்த எழும்பு கின்ற தளம் இனி புகைப்படங்கள் மற்றும் வீடியோக்களுக்கானது மட்டுமல்ல; இது வணிகங்களுக்கான சக்தி வாய்ந்த கருவியாகவும் இருக்கிறது. இதுதான் இன்ஸ்டாகிராம் கிளிக் பற்றி.

இந்த புத்தகம் உங்கள் வணிகத்தை இன்ஸ்டாகிராம் அலைகளில் பரபரப்பாகச் செலுத்த வழிகாட்டப் போகிறது. ஈடுபடும் உள்ளடக்கத்திலிருந்து ஸ்மார்ட்டான ஹேஷ்டேக்குகள் வரை, லாபகரமான விளம்பரங்கள் முதல் உத்வேகமூட்டும் ஒத்துழைப்புகள் வரை, உங்கள் வணிகம் ஸ்டார் அந்தஸ்து பெற உதவும்.

❑

1. இன்ஸ்டாகிராம் கிளிக் : அறிமுகம் மற்றும் சாத்தியங்கள்

இன்ஸ்டாகிராம் என்பது உலகின் மிகவும் பிரபலமான சமூக ஊடக தளங்களில் ஒன்றாகும். இது 1 பில்லியனுக்கும் அதிகமான பயனர்களைக் கொண்டுள்ளது, மேலும் இது தொடர்ந்து வளர்ந்து வருகிறது.

இன்ஸ்டாகிராம் ஒரு சக்தி வாய்ந்த கருவியாகும், இது வணிகங்கள், தனிநபர்கள் மற்றும் பிற அமைப்புகளுக்கு அவர்களின் இலக்குகளை அடைய உதவும். இன்ஸ்டாகிராமைப் பயன்படுத்தி, நீங்கள் :

❖ உங்கள் வணிகத்தை வளர்க்கலாம்.

❖ உங்கள் பிராண்டை அறிமுகப்படுத்தலாம்.

❖ உங்கள் ரசிகர்களுடன் தொடர்பு கொள்ளலாம்.

❖ உங்கள் தயாரிப்புகள் அல்லது சேவைகளை விற்கலாம்.

இன்ஸ்டாகிராமில் வெற்றி பெற, நீங்கள் உங்கள் இலக்குகளை தெளிவாகக் கண்டறிய வேண்டும், உங்கள் ரசிகர்களைப் புரிந்து கொள்ள வேண்டும் மற்றும் உயர்தரமான உள்ளடக்கத்தை உருவாக்க வேண்டும்.

இந்த புத்தகம் உங்களை இன்ஸ்டாகிராமில் வெற்றி பெற தேவையான அனைத்தையும் கற்றுக் கொள்ள உதவும். இந்த புத்தகத்தில், நீங்கள் பின்வரும் தலைப்புகளைப் பற்றி அறிந்து கொள்வீர்கள் :

- ❖ இன்ஸ்டாகிராமின் அடிப்படைகள்
- ❖ உங்கள் இலக்குகளை அமைத்தல்
- ❖ உங்கள் ரசிகர்களைப் புரிந்து கொள்ளுதல்
- ❖ உயர்தரமான உள்ளடக்கத்தை உருவாக்குதல்
- ❖ உங்கள் உத்திகளை மேம்படுத்துதல்

இந்த புத்தகத்தை படித்து, நீங்கள் இன்ஸ்டாகிராமில் உங்கள் வெற்றிப் பயணத்தைத் தொடங்கலாம்.

இன்ஸ்டாகிராமின் சாத்தியங்கள் :

இன்ஸ்டாகிராம் ஒரு சக்தி வாய்ந்த கருவியாகும். இது வணிகங்கள், தனிநபர்கள் மற்றும் பிற அமைப்புகளுக்கு அவர்களின் இலக்குகளை அடைய உதவும். இன்ஸ்டாகிராமைப் பயன்படுத்தி, நீங்கள் :

- ❖ உங்கள் வணிகத்தை வளர்க்கலாம் : இன்ஸ்டாகிராம் மூலம், நீங்கள் புதிய வாடிக்கையாளர்களை சென்றடையலாம், உங்கள் தயாரிப்புகள் அல்லது சேவைகளை விற்கலாம் மற்றும் உங்கள் வணிகத்தின் விழிப்புணர்வை அதிகரிக்கலாம்.

- ❖ உங்கள் பிராண்டை அறிமுகப்படுத்தலாம் : இன்ஸ்டாகிராம் மூலம், நீங்கள் உங்கள் பிராண்டின் அடையாளத்தை உருவாக்க லாம் மற்றும் உங்கள் இலக்கு ரசிகர்களுடன் தொடர்பு கொள்ள லாம்.

❖ உங்கள் ரசிகர்களுடன் தொடர்பு கொள்ளலாம் : இன்ஸ்டா கிராம் மூலம், நீங்கள் உங்கள் ரசிகர்களுடன் ஒரு நெருங்கிய உறவை உருவாக்கலாம், அவர்களின் கருத்துக்களைக் கேட்கலாம் மற்றும் அவர்களின் கேள்விகளுக்கு பதிலளிக்கலாம்.

இன்ஸ்டாகிராமைப் பயன்படுத்தி உங்கள் இலக்குகளை அடைய, நீங்கள் உங்கள் இலக்குகளை தெளிவாகக் கண்டறிய வேண்டும், உங்கள் ரசிகர்களைப் புரிந்து கொள்ள வேண்டும் மற்றும் உயர்தரமான உள்ளடக்கத்தை உருவாக்க வேண்டும்.

❑

2. உங்கள் இன்ஸ்டா ஆளுமை கண்டுபிடிப்பு : குரலை கண்டறிந்து அதை வெளிப்படுத்துங்கள்

ஒவ்வொரு வணிகமும் தனித்துவமானது, அவ்வாறே இன்ஸ்டாகிராம் ஆளுமையும் கூட. இந்த அத்தியாயத்தில், உங்கள் தனித்துவமான குரலைக் கண்டறிந்து, அதை கவர்ச்சிகரமான மற்றும் இணைப்பை உருவாக்கும் ஆன்லைன் பிரசன்டேஷனாக மெருகூட்டுவோம்.

உங்கள் இன்ஸ்டா தோற்றம் :

❖ மதிப்புகள் மற்றும் நோக்கங்கள் : உங்கள் வணிகம் எதைப் பிரதிநிதித்துவப்படுத்துகிறது? உங்கள் லட்சியங்கள் மற்றும் இலக்கு ரசாயனம் யார்? இந்த அடிப்படைகளைத் தெளிவுபடுத்து வது உங்கள் ஆளுமையின் அடித்தளத்தை உருவாக்கும்.

❖ குரல் மற்றும் பாணி : நீங்கள் நகைச்சுவை நாயகனா? அறிவியல் சுற்றுச்சூழலா? இளமை துடிப்பானவரா? நிபுணத்துவ மானவரா? உங்கள் பாணியைக் கண்டறிந்து, உங்கள் உள்ளடக்கத் தில் நிலைத்தன்மையைக் காண்பிப்பது முக்கியம்.

❖ விஷுவல் அடையாளம் : லோகோ, வண்ணத்தட்டு, ஃபிலிட்டர்கள் ஆகியவற்றை கவனமாகத் தேர்ந்தெடுப்பது எளிதில் அடையாளம் காணக் கூடிய ஆளுமைக்கு அவசியம்.

உங்கள் தனித்துவத்தை வெளிப்படுத்துதல் :

❖ கதைகள் சொல்லுங்கள் : தயாரிப்புகளையும் சேவைகளையும் விட, அவை வாழ்க்கையில் எவ்வாறு தாக்கத்தை ஏற்படுத்துகின்றன என்பதைக் காட்டுங்கள். உங்கள் வாடிக்கையாளர்களின் உணர்வுகளுடன் இணைவது உங்கள் உண்மையான குரலை வெளிப்படுத்தும்.

❖ உரையாடலைத் தொடங்குங்கள் : கேள்விகள், கருத்துக் கணிப்புகள், போட்டிகள் ஆகியவற்றின் மூலம் உங்கள் ரசாயனத்துடன் ஈடுபாட்டை உருவாக்குங்கள்.

❖ பின்னணியிலுள்ள முகங்களை வெளிப்படுத்துங்கள் : உங்கள் குழுவை அறிமுகப்படுத்துங்கள், திரைக்குப் பின்னால் என்ன நடக்கிறது என்பதைக் காட்டுங்கள். வாடிக்கையாளர்களுடன் நெருக்கமான உறவை உருவாக்குங்கள்.

எச்சரிக்கைகள் :

❖ போலியாக இருக்க வேண்டாம் : உங்கள் உண்மையான குரலைக் கண்டறிந்து அதை உண்மையாக வெளிப்படுத்துங்கள்.

❖ முரண்பாடாக இருக்க வேண்டாம் : உங்கள் வணிகத்தின் மற்ற பிரச்சாரங்களுடன் உங்கள் இன்ஸ்டாகிராம் ஆளுமை ஒத்துப் போக வேண்டும்.

❖ மாறாதே இருக்க வேண்டாம் : உங்கள் வணிகம் வளர்ச்சியடைந்து, உங்கள் ஆளுமையும் சரிசெய்யப்பட வேண்டும்.

ஒத்துழைப்பு நேரம் :

இந்த அத்தியாயத்தின் முடிவில், உங்கள் இன்ஸ்டாகிராம் ஆளுமையைக் கண்டறிவதற்கான உங்கள் செயல் திட்டத்தை

உருவாக்குங்கள். பின்வரும் கேள்விகளுக்குப் பதிலளித்து, உங்கள் தனித்துவமான மற்றும் கவர்ச்சிகரமான இன்ஸ்டாகிராம் அடையாளத்தை வடிவமைப்பதற்கான பாதையில் செல்லுங்கள் :

❖ என்னுடைய வணிகத்தின் மதிப்புகள் மற்றும் நோக்கங்கள் என்ன?

❖ என்னுடைய லட்சிய வாடிக்கையாளர் யார்?

❖ என்னுடைய இன்ஸ்டாகிராம் குரல் மற்றும் பாணி எப்படி இருக்கும்?

❖ என்னுடைய விஷுவல் அடையாளத்தை எப்படி உருவாக்குவேன்?

❑

3. கண்ணை கவரும் காட்சிகள் : புகைப்படங்கள் மற்றும் வீடியோக்களின் சக்தியைப் பயன்படுத்துங்கள்

''**ஒ**ரு படம் ஆயிரம் வார்த்தைகளுக்குச் சமம்" என்பது ஆழமான உண்மை. இன்ஸ்டாகிராமில், அந்த ஆயிரம் வார்த்தைகள் உங்கள் வணிகத்தைப் பற்றி எடுத்துரைக்கின்றன. இந்த அத்தியாயத்தில், கண்ணை கவரும் புகைப்படங்கள் மற்றும் வீடியோக்களை உருவாக்கி, உங்கள் இடுகைகளை ஸ்க்ரோலிங் கூட்டத்தினரிடையே நிறுத்த வைப்பதற்கான ரகசியங்களை வெளிப்படுத்துவோம்.

புகைப்பட கலை :

❖ இயற்கை ஒளிசக்தி: ஸ்டுடியோ ஃபிளாஷ் விட இயற்கை ஒளி உங்கள் புகைப்படங்களுக்கு ஒரு இயல்பான தோற்றத்தை அளிக்கும். ஜன்னல்களுக்கு அருகில் படப்பிடிப்பு நடத்துங்கள் அல்லது வெளியில் ஷூட்டிங் செய்யுங்கள்.

❖ கூட்டு கவனம் : பார்வையாளரின் கண்களை புகைப் படத்தின் முக்கிய பகுதிக்கு இயற்கையாகவே இழுக்கும் கலவை மற்றும் கூட்டு அமைப்பை உருவாக்குங்கள்.

❖ நிறங்கள் விளையாட்டு : உங்கள் வணிகத்தின் தோற்றத்தைப் பிரதிபலிக்கும் வண்ணத் தட்டுகளைப் பயன்

படுத்துங்கள். ஒளிர்மையை பயன்படுத்தி படத்திற்கு ஆழம் சேர்க்கவும்.

❖ பதிப்பு திறன் : ஃபிலிட்டர்கள் மற்றும் எடிட்டிங் கருவி களை ஸ்மார்ட்டாகப் பயன்படுத்துங்கள். அதிநீலநிற தோற்றத்தில் இருந்து விலகி, இயல்பான மற்றும் உயர்தரமான தோற்றத்தை பேணுங்கள்.

வீடியோ காட்சி :

❖ குறுகிய மற்றும் இனிமையானவை : யாரும் 10 நிமிட வீடியோவைப் பார்க்க விரும்ப மாட்டார்கள். கவனமாகத் திட்டமிட்ட 30 விநாடி முதல் 1 நிமிட லோஃபை வீடியோக்கள் சிறந்தவை.

❖ கதை சொல்லுங்கள் : புகைப்படங்களைப் போலவே, உங்கள் வீடியோக்களும் ஒரு கதையைச் சொல்ல வேண்டும். உங்கள் தயாரிப்பு அல்லது சேவையைச் செயல்பாட்டில் காட்டுங்கள், அதன் நன்மைகளைச் சுட்டிக் காட்டுங்கள்.

உதாரணங்கள் மற்றும் உத்வேகம் :

❖ உணவு வணிகம்: சுவையான, வாயில் நீர் ஓட்டும் உணவுப்படங்கள் மற்றும் சுவையான சமையல் வீடியோக்களைப் பதிவிடுங்கள்.

❖ ஆடை வணிகம் : பிரச்சார ஷூட்டிங், வாடிக்கையாளர்கள் உங்கள் ஆடைகளை அணிந்திருக்கும் ஃபேஷன் படங்கள், உடை பராமரிப்பு கைக்குறிப்புகள் ஆகியவற்றைப் பகிர்ந்து கொள்ளுங்கள்.

❖ பயண சேவை : மயக்கும் இயற்கைக் காட்சிகள், சுற்றுலாத் தலங்கள், வாடிக்கையாளர்களின் மகிழ்ச்சிகரமான பயண அனுபவங்கள் ஆகியவற்றைப் படம்பிடித்து வீடியோக்களாக மாற்றுங்கள்.

❖ வீட்டு அலங்காரம் : உங்கள் தயாரிப்புகளைப் பயன்படுத்தி உருவாக்கப்பட்ட அழகிய இடங்கள், வடிவமைப்பு குறிப்புகள், DIY கைவினை பொருட்கள்

❑

4. ஹேஷ்டேக்குகள் : கண்டுபிடிப்பு ரகசியங்கள் மற்றும் உங்கள் இடுகைகளை ஸ்ட்ராடோஸ்பியருக்கு அனுப்புதல்

இன்ஸ்டாகிராமில் கண்ணுக்குத் தெரியாத, ஆனால் சக்தி வாய்ந்த கருவி ஹேஷ்டேக்குகள். எந்த சரியான ஹேஷ்டேக்குகள் உங்கள் இடுகைகளை லட்சக்கணக்கான கண்களுக்கு முன்னால் கொண்டு வருகின்றன? இந்த அத்தியாயத்தில், ஹேஷ்டேக் தேடல் மற்றும் பயன்பாட்டு ரகசியங்களை வெளிப்படுத்துவோம், உங்கள் இடுகைகளை இணையப் பரபரப்பில் ஸ்ட்ராடோஸ்பியருக்கு உயர்த்துவோம்.

ஹேஷ்டேக் ஹீரோக்கள் ஆகுங்கள் :

❖ தொடர்புடையவை : உங்கள் இடுகையின் உள்ளடக்கத்துடன் நேரடியாக தொடர்புடைய ஹேஷ்டேக்குகளைப் பயன் படுத்துங்கள். விரிவான தேடல் கருவிகள் மூலம் உங்கள் துறைசார் ஹேஷ்டேக்குகளை கண்டறியுங்கள்.

❖ பரந்த மற்றும் குறிப்பானவை : பொதுவான fashion ஹேஷ்டேக்குக்குப் பதிலாக ethical fashion ஹேஷ்டேக்கைப் பயன் படுத்துங்கள். இது குறிப்பிட்ட ரசாயனத்தை ஈர்க்கவும், அதிக ஈடுபாட்டையும் பெறவும் உதவும்.

❖ **எண்ணிக்கை முக்கியம்** : 30 ஹேஷ்டேக்குகள் வரை பயன் படுத்தலாம், ஆனால் 5 10 தொடர்புடைய மற்றும் பிரபலமான ஹேஷ்டேக்குகளே சிறந்தவை. no filter போன்ற ஆப் பயன்படுத்தப் படும் ஹேஷ்டேக்குகளைத் தவிர்க்கவும்.

உங்கள் ஹேஷ்டேக் மூலோபாயம் :

❖ **ஹேஷ்டேக் ஆராய்ச்சி** : போட்டியாளர்கள் மற்றும் பிரபல மான கணக்குகள் எந்த ஹேஷ்டேக்குகளைப் பயன்படுத்துகின்றன என்று கவனியுங்கள். ஹேஷ்டேக் கருவிகளைப் பயன்படுத்தி, உங்கள் இடுகையுடன் பொருந்தக்கூடிய ஹேஷ்டேக்குகளைக் கண்டறியுங்கள்.

❖ **குழுக்கள் மற்றும் நிகழ்வுகள்** : தொடர்புடைய குழுக் களைப் பொருத்தமான ஹேஷ்டேக்குகளுடன் இணைப்பதன் மூலம் உங்கள் இடுகையை வெளிப்படுத்தவும். பிரபலமான நிகழ்வுகள் நடக்கும்போது அவற்றின் ஹேஷ்டேக்குகளைப் பயன்படுத்தி பார்வையாளர்களைப் பெறலாம்.

❖ **ஹேஷ்டேக் மாற்றங்கள்** : உங்கள் இடுகையைப் பார்த்த பிறகு பயனர்கள் மற்றொன்றைக் கண்டுபிடிக்க, தொடர்புடைய மற்ற ஹேஷ்டேக்குகளை இணைப்புகளில் குறிப்பிடுங்கள்.

ஹேஷ்டேக் எச்சரிக்கைகள் :

❖ **ஸ்பேமிங் வேண்டாம்** : பொருத்தமற்ற ஹேஷ்டேக்கு களைப் பயன்படுத்துவது இன்ஸ்டாகிராம் தண்டிக்கும். நம்பகத்தன்மை குறைந்து, ஈடுபாடு பாதிக்கப்படும்.

❖ **ஒரே மாதிரி இல்லாதீர்** : ஒரே ஹேஷ்டேக்குகளை ஒவ்வொரு இடுகையிலும் பயன்படுத்துவதைத் தவிர்க்கவும். பல்வேறு ஹேஷ்டேக்குகளைக் கலந்து பயன்படுத்தி, வெவ்வேறு ரசாயனங்களை அடைவது நல்லது.

❖ **ஹேஷ்டேக் டிரெண்டுகளைப் பின் தொடருங்கள்** : பிரபல மான ஹேஷ்டேக் சவால்கள் மற்றும் போட்டிகளில் கலந்து கொள்ளுங்கள்.

❑

5. ஈடுபடும் குரல் : கதைகள், லைவ் மற்றும் IGTV மூலம் இணைப்பை உருவாக்குதல்

இன்ஸ்டாகிராம் கண்களை கவரும் படங்கள் மற்றும் வீடியோக்களுக்கு மட்டுமல்ல; அது உங்கள் வணிகத்துடன் ஈடுபாட்டை உருவாக்கும் ஒரு சக்தி வாய்ந்த தளமும் ஆகும். இந்த அத்தியாயத்தில், கதைகள், லைவ் மற்றும் IGTV மூலம் உங்கள் வாடிக்கையாளர்களுடன் மெய்நிக உறவுகளை உருவாக்குவதற்கான ஆக்கப்பூர்வமான வழிகளை ஆராய்வோம்.

கதைகள் : 24 மணிநேர சாத்தியங்கள் :

❖ குறுகிய மற்றும் கவர்ச்சிகரமானவை: 24 மணி நேரம் மட்டுமே நீடிக்கும் இன்ஸ்டாகிராம் கதைகள், தினசரி அப்டேட்கள் மற்றும் பின்னணிக் காட்சிகளுக்கு ஏற்றவை. 15 விநாடி வீடியோக்கள் மற்றும் விரைவான படங்களைப் பயன்படுத்துங்கள்.

❖ கூண்டு வைக்கும் கேள்விகள் மற்றும் கருத்துக்கணிப்புகள்: உங்கள் ரசாயனத்தை ஈடுபடுத்த, கருத்துக் கணிப்புகள், ஸ்லைடர் கேள்விகள் மற்றும் போட்டிகளை நடத்துங்கள்.

❖ இன்டராக்டிவ் ஸ்டிக்கர்கள் : கேள்வி பதில் அமர்வுகள், கவுண்ட்டவுன்கள், லொகேஷன் டேக்குகள் போன்ற ஸ்டிக்கர்களைப் பயன்படுத்தி பார்வையாளர்களை ஈடுபடுத்துங்கள்.

லைவ் : உண்மையான இணைப்பு :

* தன்னிச்சையாக இருங்கள் : ஸ்கிரிப்ட்களைத் தவிர்த்து, இயல்பான உரையாடலில் ரசாயனத்துடன் இணைவைக் கொள்ளுங்கள். தயாரிப்பு அறிமுகங்கள், லைவ் Q&A க்கள், பின்னணிக் காட்சிகள் போன்றவற்றை நடத்துங்கள்.

* அறிவிப்புகள் மற்றும் பிரத்தியேகங்கள் : புதிய தயாரிப்புகள், சலுகைகள் அல்லது போட்டிகளை லைவ்செஷன்களில் அறிவித்து பரபரப்பை உருவாக்குங்கள்.

* ஒத்துழைப்புகள் : மற்ற வணிகங்கள் அல்லது பதிப்பிக்கும் நபர்களுடன் லைவ் செஷன்கள் நடத்துங்கள். உங்கள் ரசாயனத் திற்கு புதிய பார்வையாளர்களை அடையாளம் காண இது வாய்ப்பு அளிக்கும்.

IGTV : நீண்டு கூட்டு ஈடுபாடு :

* ஆழமான கதைகள் : IGTV நீண்ட வீடியோக்களுக்கு ஏற்றது. தயாரிப்பு விளக்கங்கள், டுடோரியல்கள், வாடிக்கையாளர் கதைகள், விரிவான பின்னணிக் காட்சிகள் போன்றவற்றை உருவாக்குங்கள்.

* தொடர்கள் மற்றும் பருவங்கள் : பார்வையாளர்களை ஈர்க்க, IGTV தொடர்களை உருவாக்குங்கள். விறுவிறுப்பான முடிவுகளுடன் பல பகுதிகளாக பிரித்து வெளியிடுங்கள்.

* உயர்தரம் : சிறந்த ஒளி, ஒலி மற்றும் எடிட்டிங்கைக் கொண்ட உயர்தர வீடியோக்களை உருவாக்குங்கள்.

ஈடுபாட்டின் எதிர்காலம் :

இன்ஸ்டாகிராம் கதைகள், லைவ் மற்றும் IGTV ஆகியவை வளர்ந்து வரும் அம்சங்கள். புதிய வடிவங்கள் மற்றும் அம்சங்கள் தொடர்ந்து சேர்க்கப்படுகின்றன. பரிசோதனை செய்து, ஆக்கப் பூர்வமாக இருங்கள், உங்கள் ரசாயனத்தை ஈடுபடுத்த புதிய வழி களை கண்டறியுங்கள்.

❑

6. ஷாப்பிங் கடை : இன்ஸ்டாகிராம் மூலம் விற்பனை செய்வதன் எளிமை

இன்ஸ்டாகிராம் அழகிய படங்கள் மற்றும் சுவாரஸ்யமான வீடியோக்களுக்கான தளமல்ல; அது உங்கள் வணிகத்திற்கு லாபம் ஈட்டும் டிஜிட்டல் ஷாப்பிங் கடை. இந்த அத்தியாயத்தில், இன்ஸ்டாகிராம் விற்பனை அம்சங்களைப் பயன்படுத்தி, உங்கள் வாடிக்கையாளர்களின் விரல் நுனியில் உங்கள் தயாரிப்புகளைக் கொண்டு வருவதற்கான உத்திகளை ஆராய்வோம்.

ஷாப்பிங் போஸ்ட்கள் :

❖ கட்டாய ஷாப்பிங் தகவல்கள் : சுத்தமான படங்கள் மற்றும் ஈர்க்கக்கூடிய விளக்கங்களுடன் உங்கள் தயாரிப்புகளை காண்பியுங்கள். விலை, அம்சங்கள் மற்றும் வாங்குவதற்கான இணைப்புகளை சேர்க்கவும்.

❖ தயாரிப்பு டேக்குகள் : உங்கள் படங்களில் தயாரிப்பு டேக்குகளைப் பயன்படுத்துங்கள். பார்வையாளர்கள் கிளிக் செய்து நேரடியாக ஷாப்பிங் பக்கத்திற்குச் செல்ல இது அனுமதிக்கும்.

❖ கூட்டு சேர்ப்பு : பிற வணிகங்களுடன் இணைந்து ஷாப்பிங் போஸ்ட்களை உருவாக்குங்கள். இது இரு தரப்பு ரசாயனங்களையும் அடைந்து விற்பனையை அதிகரிக்கும்.

ஷாப்பிங் விளம்பரங்கள் :

❖ **லட்சிய வாடிக்கையாளர்கள் :** உங்கள் விளம்பரங்களை உங்கள் இலக்கு ரசாயனத்தைச் சென்றடையுங்கள். வயது, பாலினம், ஆர்வங்கள் போன்ற மக்கள் இயல் தரவுகளைப் பயன் படுத்தி துல்லியமான விளம்பரங்களை உருவாக்குங்கள்.

❖ **ஈர்க்கக்கூடிய வீடியோக்கள் :** கவனத்தை ஈர்க்கும் குறுகிய வீடியோ விளம்பரங்களை உருவாக்குங்கள். உங்கள் தயாரிப்பு அல்லது சேவையின் நன்மைகளை எடுத்துரைத்து, வாங்குவதற் கான அழைப்பைச் சேர்க்கவும்.

❖ **கண்காணிப்பு மற்றும் சரிசெய்தல் :** உங்கள் விளம்பரங் களின் செயல்திறனை கண்காணித்து, தேவைக்கேற்ப மாற்றங் களைச் செய்யுங்கள். ஆற்றல்மிக்க நகல் எழுத்துகள், படங்கள் மற்றும் வீடியோக்களைப் பயன்படுத்தி விற்பனையை அதிகரிப் பதற்கான வழிகளைத் தேடுங்கள்.

ஷாப்பிங் ஸ்டோரிகள் மற்றும் IGTV :

❖ **தயாரிப்பு டேக்குகள் ஸ்டோரிகளில் :** கதைகளில் தயாரிப்பு டேக்குகளைப் பயன்படுத்துங்கள். வாடிக்கையாளர்கள் நேரடியாக ஷாப்பிங் பக்கத்திற்குச் சென்று வாங்கலாம்.

❖ **IGTV ஷாப்பிங் :** IGTV வீடியோக்களில் தயாரிப்பு டேக்கு களைச் சேர்த்து விற்கலாம். நெருக்கமான பார்வை, பயன்பாட்டு விளக்கங்கள் மற்றும் வாடிக்கையாளர் எதிர்வினைகள் மூலம் வாங்கும் விருப்பத்தைத் தூண்டுங்கள்.

❖ **வாடிக்கையாளர் உருவாக்கிய உள்ளடக்கம் :** வாடிக்கை யாளர்கள் உங்கள் தயாரிப்புகளைப் பயன்படுத்தும் படங்கள் அல்லது வீடியோக்களை ஷாப்பிங் அம்சத்துடன் பகிர்ந்து கொள்ளுங்கள். உண்மையான பயன்பாட்டு அனுபவத்தை இது காண்பித்து நம்பகத் தன்மையை உருவாக்கும்.

❑

7. விளம்பரங்கள் : உங்கள் இலக்கு ரசாயனத்தை கண்டுபிடித்து ஈடுபாட்டை அதிகரித்தல்

இன்ஸ்டாகிராம் விளம்பரங்கள் உங்கள் வணிகத்தை அடுத்த கட்டத்திற்கு உயர்த்தும் சக்தி வாய்ந்த கருவியாகும். இந்த அத்தியாயத்தில், சரியான இலக்கு ரசாயனத்தை அடைந்து ஈடுபாட்டை அதிகரிக்கும் இன்ஸ்டாகிராம் விளம்பர உத்திகளை ஆராய்வோம்.

லட்சிய வாடிக்கையாளரை அறிந்து கொள்ளுங்கள் :

- ❖ மக்கள்வியல் தரவு: உங்கள் இலக்கு வாடிக்கையாளர்கள் எந்த வயதினர், பாலினம், இருப்பிடம் கொண்டவர்கள்? அவர்களின் ஆர்வங்கள் மற்றும் வாழ்க்கை முறை என்ன? இத்தகைய தரவு தொகுப்பையே விளம்பரங்களை செம்மைப்படுத்தும்.

- ❖ பயண வாடிக்கையாளர் வரைபடம் : வாடிக்கையாளர்கள் உங்கள் வணிகத்துடன் எவ்வாறு இணைபடுகிறார்கள் என்பதை மனதில் கொள்ளுங்கள். விழிப்புணர்வு முதல் வாங்குதல் வரையிலான பயணத்தில் அவர்களின் தேவைகள் மற்றும் நடத்தையை புரிந்து கொள்ளுங்கள்.

ஈர்க்கக்கூடிய விளம்பரங்கள் :

* கட்டாய காட்சிகள் : உங்கள் தயாரிப்பு அல்லது சேவையின் நன்மைகளை தெளிவாகக் காட்டும் ஈர்க்கக்கூடிய படங்கள் அல்லது வீடியோக்களைப் பயன்படுத்துங்கள். குறுகிய, விரைவான வடிவத்தைப் பின்பற்றுங்கள்.

* கவர்ச்சிகரமான தலைப்புகள் மற்றும் விளக்கங்கள் : பார்வையாளர்களின் கவனத்தைக் கவரும் சுருக்கமான மற்றும் தெளிவான தலைப்புகளை எழுதுங்கள். விளக்கங்கள் செயல்படக் கூடியவை மற்றும் விற்பனைக்கு அழைப்பு (CTA) கொண்டவை.

* பல விதமான வடிவங்கள் : படங்கள், வீடியோக்கள், கேரோசல்கள், கலைத்தொகுப்புகள் போன்ற பல்வேறு விளம்பர வடிவங்களைப் பயன்படுத்தி பார்வையாளர்களை ஈடுபடுத்துங்கள்.

டார்கெட்டிங் திறன் :

* மீண்டும் இலக்கு : உங்கள் இணைய தளத்தைப் பார்வையிட்டவர்கள் அல்லது உங்கள் இன்ஸ்டாகிராம் கணக்கைப் பின் தொடர்பவர்களை மீண்டும் லட்சியப்படுத்தி விளம்பரங்களை காட்டுங்கள்.

* பிரபலமான கணக்குகளுடன் ஒத்துழைப்பு : உங்கள் லட்சிய ரசாயனத்தை அடைவதற்கு, தொடர்புடைய பிரபலமான கணக்குகளுடன் இணைந்து ஸ்பான்சர் செய்யப்பட்ட பதிவுகள் அல்லது விளம்பரங்களை உருவாக்குங்கள்.

விளம்பரங்களின் மேலாண்மை :

* பட்ஜெட் மற்றும் போட்டி : நீங்கள் செலவிட விரும்பும் தொகையையும் எதிர்பார்க்கப்படும் போட்டியையும் கருத்தில் கொண்டு ஒரு பட்ஜெட்டை ஒதுக்குங்கள்.

* முடிவுகளை கண்காணித்து மாற்றியமைத்தல் : விளம்பரங்களின் செயல்திறனை பார்வைகள், கிளிக்குகள், விற்பனைகள்

போன்ற அளவீடுகளைக் கொண்டு கண்காணித்து, தேவைக்கேற்ப உங்கள் விளம்பரங்களை மாற்றியமைத்து மேம்படுத்துங்கள்.

விளம்பரங்களின் எதிர்காலம் :

இன்ஸ்டாகிராம் விளம்பரங்கள் தொடர்ந்து வளர்ச்சியடைந்து வருகின்றன. புதிய லட்சியப்படுத்தும் அம்சங்கள், வடிவங்கள் மற்றும் அளவீடுகள் தொடர்ந்து இடம் பெற வேண்டும்.

❑

8. ஒத்துழைப்புகள் : மற்ற வணிகங்களுடன் இணைந்து மின்னல் வேகத்தில் வளர்ச்சி

ஒத்துழைப்பு என்பது இன்ஸ்டாகிராமில் வளர ஒரு சக்தி வாய்ந்த கருவியாகும். மற்ற வணிகங்களுடன் இணைந்து, உங்கள் சென்றடைவை அதிகரிக்கலாம், உங்கள் பிராண்டை ஊக்குவிக்க லாம் மற்றும் புதிய ரசிகர்களைக் கண்டறியலாம்.

ஒத்துழைப்பு வகைகள் :

ஒத்துழைப்புகளின் பல வகைகள் உள்ளன. ஒவ்வொன்றும் வெவ்வேறு நன்மைகளை வழங்குகிறது. சில பொதுவான வகைகள் பின்வருமாறு :

❖ கடன்கள் : ஒரு வணிகம் மற்றொரு வணிகத்தின் உள்ளடக் கத்தைப் பகிர்ந்து கொள்ளும், அல்லது நேரடி லைவ்ஷோவில் ஒன்றாக இணைந்து பணியாற்றும்.

❖ பரிசுப் போட்டிகள் : இரண்டு அல்லது அதற்கு மேற்பட்ட வணிகங்கள் ஒன்றாக பரிசுப் போட்டியை நடத்துகின்றன.

❖ கூட்டணிகள் : இரண்டு அல்லது அதற்கு மேற்பட்ட வணிகங்கள் ஒன்றாக ஒரு தயாரிப்பு அல்லது சேவையை வழங்குகின்றன.

ஒத்துழைப்பைத் தேர்ந்தெடுப்பது :

உங்களுக்கான சரியான ஒத்துழைப்பைத் தேர்ந்தெடுக்கும்போது, உங்கள் இலக்குகளையும் உங்கள் வணிகத்தின் நலன்களையும் கருத்தில் கொள்ளுங்கள். உங்கள் இலக்கு ரசாயனத்தை அடைய உதவும் ஒத்துழைப்பைத் தேர்ந்தெடுக்கவும்.

ஒத்துழைப்பை திட்டமிடுதல் :

ஒரு ஒத்துழைப்பைத் தொடங்குவதற்குமுன், அதை திட்ட மிடுவது அவசியம். உங்கள் இலக்குகள் என்ன, உங்கள் வணிகங்கள் எவ்வாறு ஒன்றாக இணைக்கப்படுகின்றன என்பதை தெளிவாகக் கண்டறியவும்.

ஒத்துழைப்பு திட்டத்தை உருவாக்கும்போது, பின்வரும் கேள்விகளுக்கு பதிலளிக்கவும் :

❖ ஒத்துழைப்பு எதற்காக? உங்கள் இலக்குகள் என்ன?

❖ யாருடன் இணைந்து பணியாற்ற விரும்புகிறீர்கள்? உங்கள் இலக்கு ரசாயனத்துடன் ஒத்துப்போகும் வணிகங்களைக் கண்டறியவும்.

❖ ஒத்துழைப்பு எவ்வாறு செயல்படும்? உள்ளடக்கத்தை எவ்வாறு உருவாக்குவீர்கள்? விளம்பரம் எவ்வாறு செய்யப்படும்?

ஒத்துழைப்பை செயல்படுத்துதல் :

ஒத்துழைப்பைத் திட்டமிட்டபிறகு, அதை செயல்படுத்துவதற் கான நேரம் இது. உங்கள் ஒத்துழைப்பு திட்டத்தைப் பின்பற்றவும், உங்கள் பார்வையாளர்களுடன் தொடர்பு கொள்ளவும்.

ஒத்துழைப்பின் வெற்றியை கண்காணிப்பது முக்கியம். உங்கள் இலக்குகளை அடைகிறீர்களா என்பதை அறிய, பார்வைகள்,

ஈடுபாடு மற்றும் விற்பனை போன்ற அளவீடுகளை கண்காணிக்கவும்.

ஒத்துழைப்புகளின் நன்மைகள் :

ஒத்துழைப்புகளின் பல நன்மைகள் உள்ளன.

❖ சென்றடைவை அதிகரிக்கிறது : மற்றொரு வணிகத்துடன் இணைவதன் மூலம், உங்கள் உள்ளடக்கத்தை அதிக மக்களைச் சென்றடையலாம்.

❖ உங்கள் பிராண்டை ஊக்குவிக்கிறது : மற்றொரு வணிகத்துடன் இணைவதன் மூலம், உங்கள் பிராண்டை புதிய பார்வையாளர்களுக்கு அறிமுகப்படுத்தலாம்.

❖ புதிய ரசிகர்களைக் கண்டறிய உதவுகிறது : மற்றொரு வணிகத்துடன் இணைவதன் மூலம், புதிய ரசிகர்களைக் கண்டறியலாம்.

ஒத்துழைப்பு என்பது இன்ஸ்டாகிராமில் வளர ஒரு சக்தி வாய்ந்த கருவியாகும். மற்ற வணிகங்களுடன் இணைந்து, உங்கள் சென்றடைவை அதிகரிக்கலாம், உங்கள் பிராண்டை ஊக்குவிக்கலாம் மற்றும் புதிய ரசிகர்களைக் கண்டறியலாம்.

❏

9. தரவுகள் மற்றும் உணர்வுகள் – வளர்ச்சியை முன்னெடுக்கும் தகவல்களை வெளிப்படுத்துதல்

பரபரப்பான இசை நிகழ்ச்சியின் பின்னணியில், திரைச்சீலை விலக்கி ரசிகர்களின் ஆரவாரக் கூட்டத்தைப் பார்க்கும் கற்பனை செய்து பாருங்கள். ஆனால் முகங்களை மட்டும் பார்க்காமல், தரவுக் குவியலைக் காணுங்கள் : வயது, இருப்பிடம், ஆர்வங்கள், இசைக்குக் கொடுக்கும் நேரடி எதிர்வினைகள்கூட. நண்பரே, இதுவே தரவுகளின் சக்தி, இன்ஸ்டாகிராம் உலகில், இது உங்கள் ரசிகர்களை முன்னெப்போதும் இல்லாத அளவு புரிந்து கொள்ள உதவும் பின்னணிக் காட்சி.

கன்டெண்ட்டைப் போட்டு, ஏதாவது ஒன்று ஈர்க்குமா என எதிர் பார்க்கும் நாட்கள் மலையேறி விட்டன. தரவு சார்ந்த சந்தைப் படுத்தல் அலைகளை மாற்றி விட்டது, நிறுவனங்களுக்குத் தங்கள் செயல்பாடுகள் மற்றும் ரசிகர்களின் விருப்பங்களின் அடிப்படை யில் உத்திகளை உருவாக்க அதிகாரம் அளித்துள்ளது. இன்ஸ்டா கிராம் உணர்வுகள் மற்றும் மேம்பட்ட தரவு பகுப்பாய்வு தளங்கள் மூலம் கிடைக்கும் தகவல்களின் கடலை ஆராய்வதன் மூலம், கன்டெண்ட்டை உருவாக்குவதில் இருந்து ரசிகர்களை இலக்கு

வைப்பது வரை உங்கள் பயணத்தின் ஒவ்வொரு அம்சத்தையும் தெளிவுபடுத்த உதவும் மறைக்கப்பட்ட ரத்தினங்களைக் கண்டறியலாம்.

இதை ஒரு ரகசிய மொழியைப் புரிந்து கொள்வதுபோன்றது. ஈடுபாட்டு விகிதங்கள் உங்கள் ரசிகர்களின் ஆர்வத்தைத் தூண்டும் தலைப்புகள் பற்றிச் சீறல் செப்புகின்றன. சென்றடைந்த எண்கள் உங்கள் செல்வாக்கின் எல்லைகளை வெளிப்படுத்துகின்றன, இணையதளப் போக்குவரத்து, கவர்ச்சிகரமான படங்கள் உண்மையில் மாற்றங்களை உண்டாக்குகின்றனவா என்பதை உங்களுக்குச் சொல்கிறது. ஒவ்வொரு அளவீடும் உங்கள் சிறந்த வாடிக்கையாளரின் உருவப்படத்திற்கு ஒரு துடைப்பு சேர்க்கிறது, ஆழமாக ஈடுபடுத்தும் மற்றும் செயல்பட ஊக்குவிக்கும் கன்டெண்ட்டிற்கு வழிவகுக்கிறது.

எனவே, எங்கிருந்து தொடங்குவது? படுக்கைகள் போட்டுக் கொள்ளுங்கள், ஏனென்றால், அடுத்த பிரிவுகளில், இன்ஸ்டாகிராம் தரவுகளின் புதையல் குறித்து ஆராய்வோம், முக்கிய அளவீடுகளைச் சிதைப்போம், சக்தி வாய்ந்த கருவிகளை ஆராய்வோம், இறுதியாக, தரவுகளைச் செயல்படக்கூடிய உத்திகளாக மாற்றி, உங்கள் இன்ஸ்டாகிராம் இருப்பை புதிய உயரத்திற்கு உயர்த்துவோம்.

தொடர்ந்து இருங்கள், அடுத்த பிரிவில் இன்ஸ்டாகிராம் உணர்வுகள் டேஷ்போர்டைத் திறந்து, அதன் தகவல்கள் நிறைந்த கடலை எவ்வாறு கடப்பது என்பதை கற்றுக் கொள்வோம்!

❑

10. எதிர்காலத்தின் பார்வை : உங்கள் இன்ஸ்டாகிராம் தந்திரங்களைத் தீர்மானிக்கும் வரவிருக்கும் போக்குகள்

இன்ஸ்டாகிராம் தொடர்ந்து வளர்ந்து வரும் ஒரு சக்தி வாய்ந்த சமூக ஊடக தளமாகும். அதன் வளர்ச்சிக்கு பல காரணங்கள் உள்ளன. அவற்றில் ஒன்றாகும் அதன் தொடர்ச்சியான புதுமை. இன்ஸ்டாகிராம் எப்போதும் புதிய அம்சங்கள் மற்றும் வசதிகளைச் சேர்த்துக் கொண்டு, அதன் பயனர்களுக்கு சிறந்த அனுபவத்தை வழங்குவதற்காக உழைக்கிறது.

இந்த புதுமை போக்கு எதிர்காலத்தில் தொடர்ந்து இருக்கும் என்று எதிர்பார்க்கப்படுகிறது. இன்ஸ்டாகிராம் புதிய தொழில் நுட்பங்களையும் போக்குகளையும் தழுவி, அதன் பயனர்களுக்கு இன்னும் வலுவான மற்றும் ஈடுபாடுள்ள அனுபவத்தை வழங்கும்.

இந்த வரவிருக்கும் போக்குகள் உங்கள் இன்ஸ்டாகிராம் தந்திரங்களை எவ்வாறு பாதிக்கும் என்பதைப் பற்றி சிந்திக்கத் தொடங்குவது முக்கியம். உங்கள் உள்ளடக்கத்தை உருவாக்கு வதற்கும், உங்கள் ரசிகர்களுடன் தொடர்பு கொள்வதற்கும், உங்கள் இலக்குகளை அடைய உதவும் வழிகளைக் கண்டறிய நீங்கள் இந்த போக்குகளைப் பயன்படுத்தலாம்.

இங்கே சில குறிப்பிட்ட போக்குகள் உள்ளன.

- **உயர்தரமான உள்ளடக்கம்** : இன்ஸ்டாகிராம் பயனர்கள் உயர்தரமான, ஈடுபாட்டைக் கொண்ட உள்ளடக்கத்தை விரும்பு கிறார்கள். உங்கள் உள்ளடக்கத்தை உருவாக்குவதற்கும், உங்கள் ரசிகர்களை ஈர்ப்பதற்கும் இந்த போக்கை நீங்கள் பயன்படுத்த லாம்.

- **உள்ளடக்கத்தை நுகரும் புதிய வழிகள்** : இன்ஸ்டாகிராம் பயனர்கள் உள்ளடக்கத்தை நுகரும் புதிய வழியைக் கண்டுபிடித்து வருகின்றனர். உதாரணமாக, நேரடி லைவ்ஷோக்கள் மற்றும் கதை கள் பிரபலமாகி வருகின்றன. இந்த போக்குகளை நீங்கள் பயன் படுத்தி உங்கள் ரசிகர்களுடன் தொடர்பு கொள்வதற்கான புதிய வழிகளைக் கண்டறியலாம்.

- **பிற சமூக ஊடக தளங்களுடன் ஒருங்கிணைப்பு** : இன்ஸ்டாகிராம் பிற சமூக ஊடக தளங்களுடன் ஒருங்கிணைக்கத் தொடங்கியுள்ளது. உதாரணமாக, பயனர்கள் தங்கள் இன்ஸ்டா கிராம் பதிவுகளை பேஸ்புக்கில் பகிர்ந்து கொள்ளலாம். இந்த போக்கை நீங்கள் பயன்படுத்தி உங்கள் உள்ளடக்கத்தை அதிக மக்களைச் சென்றடைய உதவலாம்.

- **AI மற்றும் மெய்நிகர் உண்மை** : AI மற்றும் மெய்நிகர் உண்மை போன்ற தொழில்நுட்பங்கள் இன்ஸ்டாகிராமில் ஒரு பெரிய தாக்கத்தை ஏற்படுத்தும் என்று எதிர்பார்க்கப்படுகிறது. இந்த தொழில்நுட்பங்களைப் பயன்படுத்தி உங்கள் உள்ளடக்கத்தை புதிய மற்றும் சுவாரஸ்யமான வழியில் உருவாக்கலாம்.

இந்த போக்குகளைப் பற்றி அறிந்து கொள்வது உங்கள் இன்ஸ்டாகிராம் இருப்பை வெற்றிகரமாக நிர்வகிக்க உதவும். உங்கள் ரசிகர்களின் தேவைகளைப் புரிந்து கொண்டு, அவர்களின் கவனத்தை ஈர்க்கும் உள்ளடக்கத்தை உருவாக்குவதன் மூலம், நீங்கள் உங்கள் இலக்குகளை அடையலாம்.

❑

11. இன்ஸ்டாகிராம் வெற்றிப் பயணத்தில் நிலைத்திருத்தல் மற்றும் வளர்ச்சி

இன்ஸ்டாகிராமில் வெற்றி பெற நிலைத்திருக்க வேண்டும். இது ஒரு தொடர்ச்சியான செயல்முறை, அதில் நீங்கள் தொடர்ந்து கற்றுக் கொண்டு, உங்கள் உத்திகளை மேம்படுத்த வேண்டும்.

இங்கே சில உதவிக்குறிப்புகள் உள்ளன.

❖ **உங்கள் இலக்குகளை தெளிவாகக் கண்டறியவும் :** நீங்கள் இன்ஸ்டாகிராமில் என்ன விரும்புகிறீர்கள்? உங்கள் வணிகத்தை வளர்க்க விரும்புகிறீர்களா? உங்கள் பிராண்டை அறிமுகப்படுத்த விரும்புகிறீர்களா? உங்கள் இலக்குகளை தெளிவாகக் கண்டறியவும், உங்கள் உத்திகளை அதற்கு ஏற்ப திட்டமிடுங்கள்.

❖ **உங்கள் ரசிகர்களைப் புரிந்து கொள்ளவும் :** உங்கள் ரசிகர்கள் யார்? அவர்கள் என்ன விரும்புகிறார்கள்? அவர்கள் என்ன தேடுகிறார்கள்? உங்கள் ரசிகர்களைப் புரிந்து கொள்வது, அவர்களுக்காக உயர்தரமான உள்ளடக்கத்தை உருவாக்க உதவும்.

❖ **தரவுகளைப் பயன்படுத்தவும் :** இன்ஸ்டாகிராம் வழங்கும் தரவுகளைப் பயன்படுத்தி உங்கள் செயல்திறனைப் பற்றிய

தகவல்களைப் பெறவும். இந்த தகவலைப் பயன்படுத்தி உங்கள் உத்திகளை மேம்படுத்தவும்.

- **புதுமையாக இருங்கள்** : இன்ஸ்டாகிராம் தொடர்ந்து புதுமைகளைக் கொண்டு வருகிறது. புதிய போக்குகளைப் பின்பற்றவும், உங்கள் உள்ளடக்கத்தை புதிய மற்றும் சுவாரஸ்யமான வழியில் உருவாக்கவும்.

- **தொடர்பு கொள்ளுங்கள்** : உங்கள் ரசிகர்களுடன் தொடர்பு கொள்ளுங்கள். அவர்களின் கருத்துக்களைக் கேளுங்கள், அவர்களின் கேள்விகளுக்கு பதிலளிக்கவும். உங்கள் ரசிகர்களுடன் தொடர்பு கொள்வது, அவர்களுடன் ஒரு நெருங்கிய உறவை உருவாக்க உதவும்.

இந்த உதவிக் குறிப்புகளைப் பின்பற்றினால், இன்ஸ்டாகிராமில் வெற்றி பெறும் உங்கள் வாய்ப்புகளை அதிகரிக்கலாம்.

இறுதியில், இன்ஸ்டாகிராமில் வெற்றி பெற, உங்கள் வேலையில் கவனம் செலுத்த வேண்டும். உங்கள் உள்ளடக்கத்தை உருவாக்க நேரம் ஒதுக்குங்கள், உங்கள் ரசிகர்களுடன் தொடர்பு கொள்ளுங்கள், உங்கள் உத்திகளை மேம்படுத்த தொடர்ந்து கற்றுக் கொள்ளுங்கள். இந்த செயல்முறையில் உறுதியாக இருங்கள், வெற்றி உங்கள் வழிவரும்.

❑

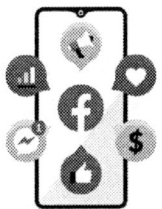

1. ஃபேஸ்புக் மார்க்கெட்டிங் மாயங்கள் : உங்கள் வணிகத்தை அடுத்த கட்டத்திற்கு உயர்த்துங்கள்

2.91 பில்லியனுக்கும் அதிகமான செயலில் உள்ள பயனர்களுடன், ஃபேஸ்புக் உங்கள் இலக்கு பார்வையாளர்களை அடைவதற்கும் உங்கள் வணிகத்தை வளர்ப்பதற்கும் சக்தி வாய்ந்த தளமாக உள்ளது. இருப்பினும், 80 மில்லியனுக்கும் அதிகமான வணிகப் பக்கங்கள் போட்டியிடும் இந்த போட்டிச் சூழலில், கவனத்தை ஈர்ப்பதும் முடிவுகளை உந்துவதும் எளிதான காரியம் அல்ல. இந்தப் புத்தகம் துல்லியமான வழிகாட்டியாகச் செயல்பட்டு, ஃபேஸ்புக் மார்க்கெட்டிங் மூலம் உங்கள் வணிகத்தை எவ்வாறு அடுத்த கட்டத்திற்கு உயர்த்துவது என்பதை கற்றுக் கொடுக்கும்.

இந்தப் புத்தகத்தில், நீங்கள் கற்றுக் கொள்வீர்கள் :

❖ உங்கள் வணிகத்திற்கான சரியான ஃபேஸ்புக் வியூகத்தை எவ்வாறு உருவாக்குவது

❖ உங்கள் ஃபேஸ்புக் பக்கத்தை உகப்படுத்தி பார்வையாளர்களை ஈர்ப்பது எப்படி?

❖ கவர்ச்சியான மற்றும் ஈடுபடும் உள்ளடக்கத்தை உருவாக்குவதற்கான சிறந்த நடைமுறைகள்

❖ உங்கள் இலக்கு பார்வையாளர்களை துல்லியமாக இலக்கு இயக்கம் செய்வது எப்படி?

❖ பார்வையாளர்களை ஈடுபடுத்தி முடிவுகளை உந்துவிக்கும் ஈடுபடும் விளம்பரங்களை உருவாக்குதல்

❑

2. உங்கள் இலக்குகளை அமைத்தல் மற்றும் உங்கள் ஃபேஸ்புக் வியூகம் உருவாக்குதல்

உங்கள் ஃபேஸ்புக் பயணத்தைத் தொடங்குவதற்கு இதுவே சரியான நேரம். இந்த அத்தியாயத்தில், உங்கள் வணிகத்திற்கான திட்டத்தை உருவாக்க உதவும் முக்கியமான படிகளை நாங்கள் எடுப்போம்.

முதலில், உங்கள் இலக்குகளைப் பற்றி தெளிவாக இருங்கள் :

❖ நீங்கள் என்ன சாதிக்க விரும்புகிறீர்கள்? உங்கள் வணிகத்தின் விற்பனை அதிகரிக்க விரும்புகிறீர்களா? ஈடுபாட்டை அதிகரிக்கவா? இலக்குகளை தெளிவாக அமைத்தல், உங்கள் முயற்சிகளை எங்கு செலுத்த வேண்டும் என்பதை அறிந்து கொள்ள உதவும்.

❖ எப்போது அந்த இலக்குகளை அடைய விரும்புகிறீர்கள்? ஸ்மார்ட் இலக்குகளை அமைப்பது முக்கியம். அதாவது குறிப்பிட்ட, அளவிடக்கூடிய, அடையக்கூடிய, பொருத்தமான மற்றும் காலத்திற்கு கட்டுப்பட்ட இலக்குகள்.

இரண்டாவதாக, உங்கள் இலக்கு பார்வையாளர்களை அறிந்து கொள்ளுங்கள் :

❖ உங்கள் வணிகத்தை யார் பயன்படுத்துகிறார்கள்? அவர்களின் வயது, பாலினம், இருப்பிடம், ஆர்வங்கள் மற்றும் தேவைகள் என்ன?

❖ அவர்கள் ஃபேஸ்புக்கில் எப்படி இருக்கிறார்கள்? அவர்கள் என்னென்ன பக்கங்களையும் குழுக்களையும் பின் தொடர்கிறார்கள்? எந்த வகையான உள்ளடக்கத்துடன் அவர்கள் ஈடுபடுகிறார்கள்?

மூன்றாவதாக, உங்கள் தனித்துவமான விற்பனைச் சலுகையை (USP) தீர்மானிக்கவும் :

❖ உங்கள் வணிகத்தை மற்றொன்றில் இருந்து வேறுபடுத்தும் என்ன? உங்கள் தனித்துவமான மதிப்பு என்ன?

❖ இந்த மதிப்பை ஃபேஸ்புக்கில் எவ்வாறு வெளிப்படுத்து வீர்கள்? உங்கள் உள்ளடக்கம், விளம்பரங்கள் மற்றும் சமூக ஊடக உத்திகள் உங்கள் USPஐ எவ்வாறு பிரதிபலிக்கும்?

நான்காவதாக, உங்கள் ஃபேஸ்புக் வியூகத்தை உருவாக்குங்கள்:

❖ உங்கள் இலக்குகள், பார்வையாளர்கள் மற்றும் USP ஆகியவற்றின் அடிப்படையில், ஃபேஸ்புக்கில் எதை அடைய விரும்புகிறீர்கள் என்பதை தீர்மானிக்கவும்.

❖ உங்கள் உள்ளடக்க வகையைத் தேர்வு செய்யவும் : கட்டுரைகள், வீடியோக்கள், இமேஜ்கள், லைவ் ஸ்ட்ரீம்ஸ் ஆகியவற்றில் எது உங்கள் பார்வையாளர்களுடன் சிறப்பாக ஒத்துப் போகிறது?

❖ விளம்பரங்களைப் பயன்படுத்தி உங்கள் பார்வையாளர் களை இலக்கு இயக்கம் செய்வீர்களா?

❖ உங்கள் சமூக ஊடக நிர்வாகத்திற்கான ஷெட்யூலை எவ்வாறு உருவாக்குவீர்கள்?

உங்கள் இலக்குகள், பார்வையாளர்கள் மற்றும் USP ஆகிய வற்றைப் பற்றி எனக்குத் தெரிவித்தால், உங்கள் ஃபேஸ்புக் வியூகத்தை உருவாக்க உதவுவதில் மகிழ்ச்சி அடைவேன்!

❑

3. உங்கள் ஃபேஸ்புக் பக்கத்தை உகப்படுத்தல்: காந்தம் போல் ஈர்ப்பவராக மாறுங்கள்

உங்கள் ஃபேஸ்புக் வியூகத்தை வகுத்த பிறகு, அடுத்தபடி உங்கள் பக்கத்தை உகப்படுத்தி பார்வையாளர்களை ஈர்ப்பதில் கவனம் செலுத்த வேண்டும். உங்கள் பக்கம் காந்தம் போல் ஈர்த்து, உங்கள் வணிகத்தைப் பற்றி மேலும் அறிய பார்வையாளர்களை ஊக்குவிக்கும் வகையில் அதை அமைக்க வேண்டும்.

இங்கே கவனத்தில் எடுக்க வேண்டிய சில முக்கியமான விஷயங்கள் :

1. கவர்ச்சியான மற்றும் தொழில்முறை சுயவிவரம் :

❖ உங்கள் சுயவிவரப் படமும் அட்டைப்படமும் உங்கள் வணிகத்தை துல்லியமாக பிரதிபலிக்க வேண்டும்.

❖ உயர்தரமான படங்களைப் பயன்படுத்துங்கள் மற்றும் அவற்றை உங்கள் பிராண்ட் வண்ணங்களுடன் இணைக்கவும்.

❖ உங்கள் சுயவிவரத்தில், வணிகத்தைப் பற்றிய சுருக்கமான மற்றும் கவர்ச்சியான விளக்கத்தை எழுதுங்கள், உங்கள் USPஐ முன்னிலைப்படுத்தவும்.

2. உள்ளடக்கத்திற்கான திட்டம் :

❖ உங்கள் பார்வையாளர்களுக்கு மதிப்பளிக்கும் மற்றும் ஈடுபடுத்தும் உள்ளடக்கத்தை தொடர்ந்து உருவாக்குங்கள். கட்டுரைகள், வீடியோக்கள், இமேஜ்கள், லைவ் ஸ்ட்ரீம்ஸ் ஆகியவற்றை கலவையாகப் பயன்படுத்துங்கள்.

❖ ஒரு உள்ளடக்கக calendarioவை உருவாக்குங்கள், இதன் மூலம் நீங்கள் என்னவெல்லாம் எப்போது பதிவிடுவீர்கள் என்பதை திட்டமிடலாம்.

3. அழைப்புக்கு நடவடிக்கை (CTA) :

❖ உங்கள் பதிவுகளில் தெளிவான அழைப்புக்கு நடவடிக்கை (CTA) சேர்க்கவும். உங்கள் வலைத்தளத்திற்கு பார்வையாளர்களை அனுப்ப வேண்டுமா? அவர்களை ஒரு படிவத்தை நிரப்ப வேண்டுமா? அல்லது ஒரு தயாரிப்பை வாங்க வேண்டுமா? உங்கள் இலக்கு என்னவென்று தெளிவாகக் கூறுங்கள்.

4. பதில்கள் மற்றும் கருத்துக்களுடன் ஈடுபடுங்கள் :

❖ உங்கள் பதிவுகளுக்கு பதிலளிக்கும் நேரத்தை ஒதுக்குங்கள் மற்றும் கருத்துக்களுடன் ஈடுபடுங்கள். இது உங்கள் பார்வையாளர்களுடன் உறவுகளை உருவாக்கும் மற்றும் அவர்கள் ஈடுபட வைக்கும்.

5. பகுப்பாய்வுகளைப் பயன்படுத்தி உங்கள் முன்னேற்றத்தைக் கண்காணிக்கவும் :

❖ ஃபேஸ்புக் Insights உங்கள் பக்கத்தின் செயல்திறனைப் பற்றிய நுண்ணறிவுகளை வழங்குகிறது. இந்தத் தரவைப் பயன்படுத்தி, உங்கள் உள்ளடக்கம் எவ்வாறு செயல்படுகிறது என்பதைப் பார்க்கவும், உங்கள் வியூகத்தில் தேவையான மாற்றங்களைச் செய்யவும்.

இந்த வழிமுறைகளைப் பின்பற்றினால், உங்கள் ஃபேஸ்புக் பக்கத்தை ஒரு காந்தம் போல் ஈர்ப்பதாக மாற்றி, உங்கள் வணிகத்திற்கு அதிகமான ஈடுபாட்டையும் விற்பனையையும் ஈர்க்க முடியும்.

❑

4. கவர்ச்சியான உள்ளடக்கத்தை உருவாக்குதல் : பார்வையாளர்களை ஈடுபடுத்துங்கள்

இப்போது உங்கள் ஃபேஸ்புக் பக்கம் தயாராகி விட்டது, பார்வையாளர்களை ஈடுபடுத்தி உங்கள் வணிகத்துடன் இணைக்க உதவும் கவர்ச்சியான மற்றும் ஈடுபடும் உள்ளடக்கத்தை உருவாக்கு வதே அடுத்தபடி. உங்கள் பார்வையாளர்களின் கவனத்தை ஈர்க்கும் உள்ளடக்கத்தை உருவாக்குவதற்கு இங்கே சில உதவிக் குறிப்புகள்:

1. உங்கள் பார்வையாளர்களை அறிந்து கொள்ளுங்கள் :

நீங்கள் யாருக்கு உள்ளடக்கத்தை உருவாக்குகிறீர்கள் என்பதை அறிவது முக்கியம். அவர்களின் ஆர்வங்கள், தேவைகள் மற்றும் சவால்கள் என்ன? அவர்கள் எந்த வகையான உள்ளடக்கத்துடன் ஈடுபடுகிறார்கள்? இந்த தகவல்களுடன், அவர்கள் விரும்பும் மற்றும் பதிலளிக்கும் உள்ளடக்கத்தை உருவாக்க முடியும்.

2. கதை சொல்லலைப் பயன்படுத்துங்கள் :

மக்கள் கதைகளை விரும்புகிறார்கள். உங்கள் உள்ளடக்கத்தை ஒரு கவர்ச்சியான கதையாக மாற்றுவதன் மூலம், பார்வையாளர் களை ஈடுபடுத்தி அவர்கள் விரும்பும் மேலும் அறியலாம். உங்கள் வணிகத்தைத் தொடங்கியதற்கான உங்கள் பின்னணி கதை அல்லது

உங்கள் வாடிக்கையாளர்களின் வெற்றிக் கதைகள் ஆகியவற்றைப் பகிர்ந்து கொள்ளலாம்.

3. பல்வேறு வகையான உள்ளடக்கத்தைப் பயன்படுத்துங்கள் :

பார்வையாளர்களின் கவனத்தைத் தக்க வைக்க, பல்வேறு வகையான உள்ளடக்கத்தைப் பயன்படுத்துவது முக்கியம். கட்டுரைகள், வீடியோக்கள், இமேஜ்கள், லைவ்ஸ்ட்ரீம்ஸ், infographics, கேள்வி - பதில் செஷன்கள் ஆகியவற்றை கலவையாகப் பயன்படுத்தி, எப்போதும் புதுமையாக இருங்கள்.

4. உயர்தரமான படங்களைப் பயன்படுத்துங்கள் :

ஃபேஸ்புக் ஒரு காட்சி தளமாகும். எனவே உங்கள் படங்கள் உயர்தரத்தில் இருப்பதை உறுதிப்படுத்திக் கொள்ளுங்கள். மங்கலான அல்லது தானியமான படங்கள் பார்வையாளர்களை அந்நியப்படுத்தும். நீங்கள் புகைப்பட நிபுணராக இருக்க வேண்டியதில்லை, ஆனால் சில அடிப்படை புகைப்படக்கலை நுட்பங்களைப் பயன்படுத்தினால், உங்கள் படங்கள் சிறப்பாகத் தோன்றும்.

5. கவர்ச்சியான தலைப்புகளை எழுதுங்கள் :

உங்கள் பதிவுகளின் தலைப்புகள் பார்வையாளர்களைக் கவர்ந்திட வேண்டும். சுருக்கமாகவும், தெளிவாகவும், கவர்ச்சியாகவும் இருக்கும் தலைப்புகளை உருவாக்குங்கள். பார்வையாளர்கள் என்ன படிக்க வேண்டும் என்று அவர்களுக்குத் தெரிவிக்கவும், மேலும் அறிய அவர்களை ஊக்குவிக்கவும்.

6. குறிப்பிட்ட நேரத்தில் பதிவிடுங்கள் :

உங்கள் பார்வையாளர்கள் ஃபேஸ்புக்கில் எப்போது அதிகம் ஆக்டிவாக இருக்கிறார்கள் என்பதை அறிந்து கொள்ளுங்கள். அதே நேரத்தில் உங்கள் பதிவுகளைப் பதிவிடுங்கள். உங்கள் இடுகைகளை திட்டமிட உதவும் ஃபேஸ்புக் ஷெட்யூலிங் கருவிகளைப் பயன்படுத்தலாம்.

7. ஹேஷ்டேக்குகளைப் பயன்படுத்துங்கள்

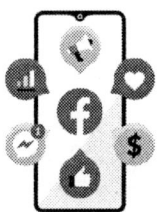

5. பார்வையாளர்களை இலக்கு இயக்கம் செய்தல் : சரியான நபர்களை அடைவது

உங்கள் ஃபேஸ்புக் பக்கம் தயாராக இருக்கிறது, நீங்கள் கவர்ச்சியான உள்ளடக்கத்தை உருவாக்கிறீர்கள், ஆனால் சரியான நபர்கள் உங்கள் உள்ளடக்கத்தைப் பார்க்கிறார்களா என்பதுதான் உண்மையான சவால். இங்கேதான் பார்வையாளர்களை இலக்கு இயக்கம் செய்தல் முக்கியத்துவம் பெறுகிறது. ஃபேஸ்புக் விளம்பரங்கள் வழங்கும் பரந்த இலக்கு அமைப்புகளைப் பயன் படுத்தி, உங்கள் இலக்கு பார்வையாளர்களை துல்லியமாக அடையலாம்.

இலக்கு இயக்கம் அமைப்புகளை எவ்வாறு பயன்படுத்துவது?

1. மக்கள் வகைகள் : உங்கள் இலக்கு பார்வையாளர்கள் எந்த டிமோகிராஃபிக் குழுக்களில் உள்ளனர் என்பதைத் தேர்வு செய்யவும். இதில் வயது, பாலினம், இருப்பிடம், மொழி, கல்வி, வேலை, உறவுநிலை ஆகியவை அடங்கும்.

2. ஆர்வங்கள் : உங்கள் இலக்கு பார்வையாளர்களின் ஆர்வங்கள் மற்றும் பொழுதுபோக்குகளைத் தேர்வு செய்யவும்.

இதில் இசை, திரைப்படங்கள், விளையாட்டு, பயணம், உணவு ஆகியவை அடங்கும்.

3. நடத்தைகள் : உங்கள் இலக்கு பார்வையாளர்கள் புதிதாக திருமணமானவர்கள், குழந்தை பெற்றவர்கள், வீடு வாங்க திட்டமிடுபவர்கள் போன்ற குறிப்பிட்ட நடத்தைகளைத் தேர்வு செய்யவும்.

4. பிற இலக்கு அமைப்புகள் : இடஞ்சார் இலக்குகள், விலக்குகள், நண்பர்களின் நண்பர்கள், இணை பார்வையாளர்கள் மற்றும் தனிப்பயனாக்கப்பட்ட பார்வையாளர்கள் உட்பட மேலும் விரிவான இலக்கு அமைப்புகளை நீங்கள் பயன்படுத்தலாம்.

உங்கள் இலக்கு இயக்கம் செய்தல் மிகவும் துல்லியமாக இருக்க, நீங்கள் :

❖ உங்கள் இலக்கு பார்வையாளரைப் பற்றி ஆழமான புரிதல் வைத்திருப்பது அவசியம்.

❖ பல்வேறு இலக்கு அமைப்புகளை சோதனை செய்து எது சிறப்பாக செயல்படுகிறது என்பதைப் பார்க்கவும்.

❖ உங்கள் விளம்பர செலவை நீதியை (ROI) கண்காணித்து, தேவைப்படும்போது உங்கள் இலக்கு இயக்கம் அமைப்புகளை சரி செய்யவும்.

பார்வையாளர்களை இலக்கு இயக்கம் செய்தல் மட்டுமல்லாமல், ஃபேஸ்புக் பிக்சல் மற்றும் தனிப்பயனாக்கப்பட்ட பார்வையாளர்களையும் பயன்படுத்தி உங்கள் விளம்பரங்களை மேலும் பயனுள்ளதாக மாற்றலாம்.

❖ ஃபேஸ்புக் பிக்சல் : உங்கள் வலைத்தளத்துக்கு வருபவர்களின் தரவைப் பின்தொடர்ந்து, அவர்களுக்கு மீண்டும் சந்தைப்படுத்த உதவும் ஓர் குறியீடு.

❖ தனிப்பயனாக்கப்பட்ட பார்வையாளர்கள் : உங்கள் வலைத்தளத்துக்கு வருபவர்கள், உங்கள் பட்டியலில் உள்ளவர்கள்

அல்லது உங்கள் விளம்பரங்களுடன் ஏற்கனவே ஈடுபட்டுள்ளவர்களை அடிப்படையாகக் கொண்டு தனிப்பயனாக்கப்பட்ட பார்வையாளர்களை உருவாக்கலாம்.

இந்த வழிமுறைகளைப் பின்பற்றினால், உங்கள் இலக்கு பார்வையாளர்களை துல்லியமாக அடையாளம் கண்டு, உங்கள் ஃபேஸ்புக் விளம்பரம் வெற்றி பெறும்.

❑

6. ஈடுபடும் விளம்பரங்களை உருவாக்குதல் : முடிவுகளை உந்துபவர்

ஃபேஸ்புக் விளம்பரங்கள், உங்கள் இலக்கு பார்வையாளர்களை அடைவது மட்டுமல்ல, அவர்களை ஈடுபடுத்தி உங்கள் விரும்பிய முடிவுகளை எடுக்க ஊக்குவிப்பதற்கும் ஒரு சக்தி வாய்ந்த கருவியாகும். ஈடுபடும் விளம்பரங்களை உருவாக்குவதற்கு இங்கே சில குறிப்புகள் :

1. தெளிவான இலக்குகளை அமைத்தல் :

நீங்கள் என்ன சாதிக்க விரும்புகிறீர்கள் என்பதை தெளிவாக அறிந்து கொள்ளுங்கள். விற்பனையை அதிகரிக்க விரும்புகிறீர்களா? ஈடுபாட்டை அதிகரிக்கவா? இலக்குகளை தெளிவாக அமைப்பதன் மூலம், உங்கள் விளம்பரங்களை எவ்வாறு உருவாக்குவது என்பதை தீர்மானிக்க முடியும்.

2. கவர்ச்சியான விளம்பர உரை மற்றும் படங்களைப் பயன்படுத்துங்கள் :

உங்கள் விளம்பர உரை சுருக்கமாகவும், கவர்ச்சியாகவும், தெளிவாகவும் இருக்க வேண்டும். பார்வையாளர்களின் கவனத்தை

ஈர்க்கும் மற்றும் அவர்கள் மேலும் அறிய விரும்பும் விதத்தில் எழுதுங்கள். உயர்தரமான படங்களைப் பயன்படுத்துங்கள், அவை உங்கள் விளம்பர உரையுடன் ஒத்துப் போகின்றன மற்றும் உங்கள் பிராண்டை பிரதிபலிக்கின்றன.

3. அழைப்புக்கு நடவடிக்கை (CTA) சேர்க்கவும் :

உங்கள் விளம்பரத்தில் ஒரு தெளிவான CTAஐசேர்க்கவும். நீங்கள் பார்வையாளர்கள் என்ன செய்ய விரும்புகிறீர்கள்? உங்கள் வலைத்தளத்திற்குச் செல்ல வேண்டுமா? ஒரு படிவத்தை நிரப்ப வேண்டுமா? அல்லது ஒரு தயாரிப்பை வாங்க வேண்டுமா? உங்கள் CTAஐ தெளிவாகவும், எளிதாகவும் செயல்படவும் வைக்கவும்.

4. வெவ்வேறு விளம்பர வடிவங்களைப் பயன்படுத்துங்கள் :

படங்கள், வீடியோக்கள், கரோசல் விளம்பரங்கள், ஸ்லைடுஷோ விளம்பரங்கள் உட்பட வெவ்வேறு விளம்பர வடிவங்களைப் பயன்படுத்துங்கள். இது உங்கள் உள்ளடக்கத்தை புதுமையாக வைத்திருக்கவும், பார்வையாளர்களின் கவனத்தை ஈர்க்கவும் உதவும்.

5. A/B சோதனையைப் பயன்படுத்துங்கள் :

வெவ்வேறு விளம்பர உரை, படங்கள், CTAகளை சோதனை செய்து எது சிறப்பாக செயல்படுகிறது என்பதைப் பார்க்க A/B சோதனையைப் பயன்படுத்துங்கள். இந்த தகவலை உங்கள் விளம்பரங்களை மேம்படுத்தவும், முடிவுகளை மேம்படுத்தவும் பயன்படுத்தலாம்.

6. உங்கள் விளம்பரங்களை கண்காணித்து சரி செய்யவும் :

உங்கள் விளம்பரங்களின் செயல்திறனை கண்காணிக்கவும், தேவைப்படும்போது அவற்றை சரிசெய்யவும். உங்கள் இலக்குகளை அடைந்து வருகிறீர்களா? உங்கள் விளம்பர செலவை நீதி (ROI) என்ன? இந்த தகவலை உங்கள் விளம்பரங்களை

மேம்படுத்தவும், உங்கள் முதலீட்டிலிருந்து அதிகபட்ச மதிப்பைப் பெறவும் பயன்படுத்தலாம்.

ஃபேஸ்புக் விளம்பரங்கள் கடினமானவை அல்ல. ஆனால் சரியான கருவிகள் மற்றும் உத்திகளுடன், உங்கள் இலக்கு பார்வையாளர்களை ஈடுபடுத்தி உங்கள் வணிகத்திற்கு சிறந்த முடிவுகளைப் பெற முடியும்.

❏

7. உங்கள் ஃபேஸ்புக் சமூகத்தை வளர்ப்பது : உங்கள் வாடிக்கையாளர்களுடன் இணைதல்

உங்கள் ஃபேஸ்புக் பக்கம் உள்ளது, சிறந்த உள்ளடக்கத்தை உருவாக்குகிறீர்கள், விளம்பரங்கள் இயக்கம் செய்கிறீர்கள், ஆனால் இன்னும் ஏதோ ஒன்று மிஸ் ஆகிறது என்று உணர்கிறீர் களா? உங்கள் வணிகத்திற்கு உண்மையான மதிப்பைச் சேர்க்கும் ஒன்று. அதுதான் உங்கள் ஃபேஸ்புக் சமூகம்.

சமூகம் உங்கள் வாடிக்கையாளர்களுடன் நேரடியாக இணைந்து, அவர்களுடன் உறவுகளை உருவாக்கும் வாய்ப்பை வழங்குகிறது. அவர்களின் கேள்விகளுக்கு பதிலளிக்கவும், கருத்துக்களைப் பெறவும், விசுவாசமான வாடிக்கையாளர்களை உருவாக்கும் வாய்ப்பையும் இது அளிக்கிறது.

உங்கள் ஃபேஸ்புக் சமூகத்தை எவ்வாறு வளர்ப்பது ?

❖ **கருத்துகளுக்கு பதிலளித்து, ஈடுபடுங்கள் :** மக்கள் உங்கள் பதிவுகளுக்கு கருத்து தெரிவித்தால், பதிலளிப்பதை உறுதிப் படுத்திக் கொள்ளுங்கள். அவர்களுடன் உரையாடலைத் தொடங்கி, அவர்கள் ஈடுபட்டிருப்பதை உறுதி செய்யவும்.

❖ குழுக்களை உருவாக்குங்கள் : உங்கள் வணிகம் தொடர்பான தலைப்புகளில் குழுக்களை உருவாக்குங்கள். இது உங்கள் வாடிக்கையாளர்கள் ஒன்றுகூடி விவாதிக்கவும்.

❖ வாடிக்கையாளர் போட்டிகள் மற்றும் குலுக்கல்களை நடத்துங்கள் : உங்கள் வாடிக்கையாளர்களின் ஈடுபாட்டை அதிகரிக்க போட்டிகள் மற்றும் குலுக்கல்களை நடத்துங்கள். பரிசுகளாக தயாரிப்புகள், தள்ளுபடிகள் அல்லது இலவச சேவைகளை வழங்கலாம்.

❖ வாடிக்கையாளர் பரிந்துரைகளை பகிர்ந்து கொள்ளுங்கள்: உங்கள் வாடிக்கையாளர்கள் உங்கள் வணிகத்தைப் பற்றி என்ன கூறுகிறார்கள் என்பதைப் பகிர்ந்து கொள்ளுங்கள். இது புதிய வாடிக்கையாளர்களிடம் நம்பிக்கையை உருவாக்கும்.

❖ லைவ் வீடியோக்களைப் பயன்படுத்துங்கள் : லைவ் வீடியோக்கள் உங்கள் பார்வையாளர்களுடன் நேரடியாக இணை வதற்கான சிறந்த வழியாகும். தயாரிப்பு டெமோக்கள், Q&A செஷன்கள் அல்லது பின்னணி காட்சிகளை ஹோஸ்ட் செய்யலாம்.

❖ சமூக ஊடக மேலாண்மை கருவிகளைப் பயன்படுத் துங்கள்: உங்கள் ஃபேஸ்புக் பக்கத்தை நிர்வகிப்பதில் நேரத்தை மிச்சப்படுத்த சமூக ஊடக மேலாண்மை கருவிகளைப் பயன் படுத்துங்கள். இந்த கருவிகள் பதிவுகளை திட்டமிட உதவுவது டன், உங்கள் ஈடுபாட்டையும் பகுப்பாய்வு செய்யலாம்.

உங்கள் ஃபேஸ்புக் சமூகத்தை வளர்ப்பதற்கு நேரம் ஒதுக்கி, முயற்சி செய்தால், உங்கள் வணிகத்திற்கு உண்மையான மதிப்பைச் சேர்க்கும் ஒரு வலுவான மற்றும் ஈடுபட்ட சமூகத்தை உருவாக்க முடியும்.

❏

8. உங்கள் முடிவுகளை அளவிடுதல் மற்றும் மேம்படுத்துதல் : வளர்ச்சிக்கான தொடர்ச்சியான பயணம்

ஃபேஸ்புக் மார்கெட்டிங் என்பது ஒரு நிலையான செயல்முறை அல்ல. உங்கள் உத்திகளை சோதனை செய்து, உங்கள் முடிவுகளை அளவிட்டு, உங்கள் வியூகத்தை தொடர்ந்து மேம்படுத்த வேண்டும். இது உங்கள் முதலீட்டிலிருந்து அதிகபட்ச மதிப்பைப் பெற உதவும்.

உங்கள் முடிவுகளை எவ்வாறு அளவிடுவது ?

ஃபேஸ்புக் Insights உங்கள் பக்கத்தின் செயல்திறன் பற்றிய நுண்ணறிவுகளை வழங்குகிறது. இதில் பின்வருவனவற்றை அளவிடலாம்:

❖ பார்வையாளர் அளவு : உங்கள் பக்கத்தை எத்தனை பேர் பார்க்கிறார்கள்?

❖ ஈடுபாடு : உங்கள் பதிவுகளுடன் மக்கள் எவ்வாறு ஈடுபடுகிறார்கள்? (லைக்குகள், கருத்துக்கள், பகிர்வு)

❖ விற்பனை : உங்கள் விளம்பரங்கள் எத்தனை விற்பனைகளை உருவாக்குகின்றன?

❖ செலவினம் : உங்கள் விளம்பரங்களில் நீங்கள் எவ்வளவு செலவழிக்கிறீர்கள்?

உங்கள் முடிவுகளை மேம்படுத்துவதற்கான உதவிக் குறிப்புகள் :

❖ தரவை பகுப்பாய்வு செய்யுங்கள் : உங்கள் பார்வையாளர்கள் எங்கிருந்து வருகிறார்கள்? எந்த நேரத்தில் அவர்கள் உங்கள் பக்கத்தைப் பார்க்கிறார்கள்? இந்த தகவலை உங்கள் உள்ளடக்கத்தை எப்போது எப்படி பதிவிடுவது என்பதைத் தீர்மானிக்கப் பயன்படுத்தலாம்.

❖ A/B சோதனையைப் பயன்படுத்துங்கள் : வெவ்வேறு உத்திகளை சோதனை செய்து எது சிறப்பாக செயல்படுகிறது என்பதைப் பார்க்க A/B சோதனையைப் பயன்படுத்துங்கள். இது உங்கள் முடிவுகளை மேம்படுத்த உதவும்.

❖ உங்கள் இலக்குகளை மறுபரிசீலனை செய்யுங்கள் : உங்கள் இலக்குகளை அவ்வப்போது மறுபரிசீலனை செய்யுங்கள். உங்கள் வணிகம் வளர்ச்சியடைந்து வருவதால், உங்கள் இலக்குகளும் மாறக்கூடும்.

❖ பயிற்சி மற்றும் கற்றல் : ஃபேஸ்புக் மார்கெட்டிங் தொடர்ந்து மாறி வருகிறது. புதிய உத்திகளைக் கற்றுக் கொள்ளவும், உங்கள் திறன்களை மேம்படுத்தவும் தொடர்ந்து கற்றுக் கொள்ளுங்கள்.

ஃபேஸ்புக் மார்கெட்டிங் என்பது ஒரு சவால். ஆனால் சரியான கருவிகள் மற்றும் உத்திகளுடன், உங்கள் வணிகத்திற்கு சிறந்த முடிவுகளை அடைய முடியும். உங்கள் முடிவுகளை தொடர்ந்து கண்காணித்து, உங்கள் வியூகத்தை சரிசெய்து, உங்கள் வளர்ச்சியைத் தொடர்ந்து மேம்படுத்தினால், நீங்கள் வெற்றி பெற முடியும்.

இந்த அத்தியாயம் உங்கள் ஃபேஸ்புக் மார்கெட்டிங் பயணத்தைத் தொடங்குவதற்கு ஒரு சிறந்த அடித்தளத்தை வழங்கியுள்ளது என்று நம்புகிறேன்.

நீங்கள் ஏற்கனவே சில ஃபேஸ்புக் மார்கெட்டிங் அனுபவங்களைக் கொண்டிருந்தால் அல்லது இந்த அத்தியாயத்தில் உள்ள தகவலைப் பற்றி ஏதேனும் கேள்விகள் இருந்தால், தயவு செய்து கருத்துக்களில் தெரிவிக்கவும். நான் உங்களுக்கு உதவ வேண்டும்!

❑

9. வழக்கு ஆய்வுகள் மற்றும் வெற்றிக் கதைகள் : உத்வேகம் பெறுங்கள்!

நாம் இதுவரை, ஃபேஸ்புக் மார்க்கெட்டிங் குறித்த கோட்பாடு களையும், உத்திகளையும் மிக விரிவாகப் பார்த்து விட்டோம். ஆனால் இப்போது, இந்த உத்திகளைப் பயன்படுத்தி அற்புதமான முடிவுகளை அடைந்த உண்மையான வணிகங்களின் உதாரணங் களைக் காண்பது, மேலும் உத்வேகம் பெறுவதற்கு உதவும்.

இந்த அத்தியாயத்தில், வெவ்வேறு துறைகளில் இருந்து, ஃபேஸ்புக் மார்க்கெட்டிங் மூலம் தங்கள் வணிகத்தை வெற்றி கரமாக வளர்த்த சில எடுத்துக்காட்டுகளைப் பார்ப்போம்.

❖ உணவுத்துறை : ஒரு சிறு நகர பேக்கரி ஃபேஸ்புக் விளம்பரங்கள் மூலம் தங்கள் ஆன்லைன் ஆர்டர்களை 300% அதிகரித்தது. அவர்கள் சுவையான கேக் படங்களையும் சிறப்பு சலுகைகளையும் கொண்ட கவர்ச்சியான விளம்பரங்களைப் பயன் படுத்தினர்.

❖ பேஷன் துறை : ஒரு உள்ளூர் ஆடை கடை ஃபேஸ்புக் குழுக்களைப் பயன்படுத்தி தங்கள் வாடிக்கையாளர்களுடன் நேரடியாக இணைந்து, பிராண்ட் லாயல்டியை உருவாக்கியது. அவர்கள் ஃபேஷன் ஆலோசனைகள், ஸ்டைலிங் படிப்புகள்

மற்றும் தள்ளுபடிகளை வழங்கும் ஒரு தீவிரமான சமூகத்தை உருவாக்கினர்.

❖ சேவைத்துறை : ஒரு ஃப்ரீலான் ஸ்கிராஃபிக் டிசைனர் ஃபேஸ்புக் குழுக்கள் மற்றும் நுண்ணறிவுகளைப் பயன்படுத்தி, தங்கள் இலக்கு பார்வையாளர்களை அடையாளம் கண்டு, விற்பனைகளை அதிகரித்தார். அவர்கள் தங்கள் திறமையைப் பற்றி காட்சிப்படுத்தும் பதிவுகளை உருவாக்கினர் மற்றும் இலவச வளம் சேர்த்த டிப்ஸ்களை வழங்கினர்.

இவை வெறும் சில எடுத்துக்காட்டுகள் மட்டுமே. ஃபேஸ்புக் மார்க்கெட்டிங் வெவ்வேறு துறைகளில் உள்ள எந்த வணிகத் திற்கும் சிறந்த முடிவுகளைத் தருவதற்கான திறன் கொண்டது.

உங்கள் சொந்த வெற்றிக் கதையை உருவாக்க, இந்த வழக்கு ஆய்வுகளிலிருந்து நீங்கள் கற்றுக் கொள்ள வேண்டியது என்ன?

❖ உங்கள் இலக்கு பார்வையாளரை அறிந்து கொள்ளுங்கள்: இந்த வணிகங்கள் அனைத்தும் வெற்றி பெற்றதற்கு முக்கிய காரணம், அவர்கள் தங்கள் இலக்கு பார்வையாளரைப் பற்றி ஆழமான புரிதலைக் கொண்டிருந்தனர். அவர்களின் தேவைகள், விருப்பங்கள் மற்றும் சவால்களை அவர்கள் அறிந்திருந்தனர். அதற்கேற்ப தங்கள் உத்திகளை வடிவமைத்தனர்.

❖ கவர்ச்சியான உள்ளடக்கத்தை உருவாக்குங்கள் : இந்த வணிகங்கள் அனைத்தும் கவர்ச்சியான மற்றும் ஈடுபடும் உள்ளடக் கத்தை உருவாக்கியது. அவர்கள் படங்கள், வீடியோக்கள், கட்டுரைகள் மற்றும் பிற வடிவங்களைப் பயன்படுத்தி, தங்கள் பார்வையாளர்களை ஈடுபடுத்தினர்.

❖ சமூக ஊடக சக்தியைப் பயன்படுத்துங்கள் : இந்த வணிகங ்கள் அனைத்தும் ஃபேஸ்புக் குழுக்கள், நேரடி வீடியோக்கள் மற்றும் பிற சமூக ஊடக அம்சங்களைப் பயன்படுத்தி, தங்கள் வாடிக்கையாளர்களுடன் நேரடியாக இணைக்கிறது.

❑

10. எதிர்காலத்தை நோக்கி ஃபேஸ்புக் மார்க்கெட்டிங் போக்குகள்

ஃபேஸ்புக் மார்க்கெட்டிங் தொடர்ந்து மாறி வருகிறது. புதிய அம்சங்கள், வழிமுறைகள் மற்றும் போக்குகள் தொடர்ந்து தோன்றிக் கொண்டிருக்கின்றன. உங்கள் மார்க்கெட்டிங் உத்திகளை எதிர்காலத்துக்காக தயார்படுத்த, எழுந்து வரும் சில முக்கிய போக்குகளைக் கவனிக்க வேண்டும்.

1. தனிப்பயனாக்கம் மேலும் அதிகரிப்பு : ஃபேஸ்புக் தனிப் பயனாக்கப்பட்ட அனுபவங்களில் மேலும் கவனம் செலுத்துகிறது. இதன் அர்த்தம் என்னவென்றால், உங்கள் இலக்கு பார்வை யாளருக்கு மிகவும் பொருத்தமான உள்ளடக்கத்தையும் விளம்பரங் களையும் உருவாக்குவது முக்கியம்.

2. மைக்ரோ இன்ஃப்ளூயன்சர்களின் எழுச்சி : குறைந்த எண்ணிக்கையிலான பின் தொடர்பவர்களைக் கொண்ட, ஆனால் அதிக ஈடுபாட்டைக் கொண்ட இன்ஃப்ளூயன்சர்களுடன் இணைந்து பணியாற்றுவது, உங்கள் இலக்கு பார்வையாளர் களுடன் இணைவதற்கான சிறந்த வழியாகும்.

3. ஷார்ட் ஃபார்ம் வீடியோவின் முக்கியத்துவம் : ஷார்ட் ஃபார்ம் வீடியோக்கள், குறிப்பாக ரீல்ஸ் மற்றும் ஸ்டோரிகள், ஃபேஸ்புக் மீது மிகவும் பிரபலமாகி வருகின்றன. உங்கள் உள்ளடக்க உத்தியில் அவற்றை சேர்த்துக் கொள்வது உங்கள் பார்வையாளர்களை ஈடுபடுத்த உதவும்.

4. செயற்கை நுண்ணறிவின் ஒருங்கிணைப்பு : AI தொழில் நுட்பம் ஃபேஸ்புக் மார்க்கெட்டிங்கில் மேலும் அதிகமாகப் பயன்படுத்தப்படுகிறது. AI உங்கள் இலக்கு பார்வையாளர்களை அடையாளம் காணவும், உங்கள் விளம்பரங்களை மேம்படுத்தவும் உதவுகிறது.

5. ஓம்னி சேனல் மார்க்கெட்டிங் கவனம் : ஃபேஸ்புக் உட்பட பல்வேறு சேனல்களில் உங்கள் மார்க்கெட்டிங் முயற்சிகளை ஒருங்கிணைப்பது இன்னும் முக்கியத்துவம் பெறுகிறது. இந்த இணைக்கப்பட்ட அனுபவத்தை உருவாக்குவது உங்கள் வாடிக்கையாளர்களுடன் சிறந்த உறவுகளை உருவாக்க உதவும்.

எதிர்காலத்தில் வெற்றி பெற, ஃபேஸ்புக் மார்க்கெட்டிங் போக்குகள் மற்றும் மாற்றங்களுடன் இணைந்து செல்ல வேண்டியது அவசியம். புதிய அம்சங்களைக் கற்றுக் கொண்டு, உங்கள் உத்திகளை சோதனை செய்து, எப்போதும் மேம்படுத்த முயற்சி செய்யுங்கள். ஃபேஸ்புக் உங்கள் வணிகத்திற்கு சிறந்த முடிவுகளைத் தருவதற்கான சக்தி வாய்ந்த கருவியாகும். ஆனால் அதை சரியாகப் பயன்படுத்துவதே வெற்றிக்கு இன்றியமையாதது.

இந்த அத்தியாயம் உங்கள் ஃபேஸ்புக் மார்க்கெட்டிங் பயணத்தை எதிர்காலத்துக்காக தயார்படுத்த உதவியாக இருக்கும் என்று நம்புகிறேன். 2023 டிசம்பர் 19 ஆம் தேதி முதல் தகவல்கள் புதுப்பிக்கப்பட்டதை நினைவில் கொள்ளவும்.

❏

11. புள்ளி விவரங்கள் மற்றும் பகுப்பாய்வுகள் மூலம் உங்கள் செயல்பாட்டை கண்காணித்தல் : ஸ்மார்ட்டாக முடிவுகளை எடுங்கள்

ஃபேஸ்புக் Insights என்ன?

ஃபேஸ்புக் Insights என்பது உங்கள் பக்கத்தின் செயல்திறன் பற்றிய தரவு மற்றும் புள்ளி விவரங்களை வழங்கும் ஒரு கருவி. இது உங்களுக்கு பின்வருவனவற்றைப் பார்க்க உதவுகிறது.

❖ பார்வையாளர் அளவு : உங்கள் பக்கத்தை எத்தனை பேர் பார்க்கிறார்கள்?

❖ ஈடுபாடு : உங்கள் பதிவுகளுடன் மக்கள் எவ்வாறு ஈடுபடு கிறார்கள்? (லைக்குகள், கருத்துக்கள், பகிர்வு)

❖ செலவினம் : உங்கள் விளம்பரங்களில் நீங்கள் எவ்வளவு செலவழிக்கிறீர்கள்?

உங்கள் ஃபேஸ்புக் செயல்பாட்டை கண்காணிக்கவும் பகுப்பாய்வு செய்யவும் பின்வரும் உதவிக் குறிப்புகளைப் பின்பற்றவும்.

❖ முதலில், உங்கள் இலக்குகளை தெளிவாக வரையறுக்கவும். நீங்கள் என்ன சாதிக்க விரும்புகிறீர்கள்? விற்பனையை அதிகரிக்க விரும்புகிறீர்களா? ஈடுபாட்டை அதிகரிக்க விரும்புகிறீர்களா? உங்கள் இலக்குகளை அறிந்து கொள்வது, உங்கள் செயல்பாட்டை கண்காணிக்க மற்றும் பகுப்பாய்வு செய்ய உங்களுக்கு உதவும்.

❖ இரண்டாவதாக, ஃபேஸ்புக் Insights-ஐப் பயன்படுத்தி, உங்கள் பக்கத்தின் செயல்திறனைப் பற்றிய தரவு மற்றும் புள்ளி விவரங்களைப் பெறவும். உங்கள் பார்வையாளர்கள் யார்? அவர்கள் எங்கிருந்து வருகிறார்கள்? அவர்கள் உங்கள் உள்ளடக்கத்துடன் எவ்வாறு ஈடுபடுகிறார்கள்? இந்த தகவலைப் பயன்படுத்தி, உங்கள் முயற்சிகள் வெற்றி பெறுமா இல்லையா என்பதைப் பார்க்கலாம்.

❖ மூன்றாவதாக, உங்கள் முடிவுகளை பகுப்பாய்வு செய்து, உங்கள் செயல்பாட்டை மேம்படுத்த வாய்ப்புகளைக் கண்டறியவும். உங்கள் பதிவுகள் அதிக லைக்குகளைப் பெறவில்லை என்றால், உங்கள் உரை அல்லது படங்களை மாற்ற முயற்சிக்கவும். உங்கள் விளம்பரங்கள் நல்ல ROI ஐ வழங்கவில்லை என்றால், உங்கள் இலக்குகளை அல்லது உங்கள் பதிவுகளை மாற்ற முயற்சிக்கவும்.

ஃபேஸ்புக் மார்க்கெட்டிங் மூலம் வெற்றி பெற, உங்கள் செயல்பாட்டை கண்காணித்து, உங்கள் முடிவுகளை பகுப்பாய்வு செய்வது அவசியம். இந்த உதவிக் குறிப்புகளைப் பின்பற்றுவதன் மூலம், உங்கள் முயற்சிகள் வெற்றி பெறும் வாய்ப்பை அதிகரிக்கலாம்.

இங்கே சில குறிப்பிட்ட புள்ளி விவரங்கள் மற்றும் பகுப்பாய்வுகள் உள்ளன. அவை உங்கள் ஃபேஸ்புக் மார்க்கெட்டிங் முயற்சிகளை மேம்படுத்த உதவும்.

❖ உங்கள் பார்வையாளர்களின் வயது, பாலினம் மற்றும் இருப்பிடம் : இந்த தகவல் உங்களுக்கு உங்கள் உள்ளடக்கத்தை உங்கள் இலக்கு பார்வையாளர்களுக்கு ஏற்ப மாற்றியமைக்க உதவும்.

❖ உங்கள் பதிவுகளின் பார்வைகள், லைக்குகள், கருத்துக்கள் மற்றும் பகிர்வுகள் : இந்த தகவல் உங்களுக்கு உங்கள் உள்ளடக்கம் எவ்வாறு ஈடுபடுத்துகிறது என்பதைப் பார்க்க உதவும்.

❖ உங்கள் விளம்பரங்களின் க்ளிக்குத் திறன் மற்றும் விற்பனை ROI : இந்த தகவல் உங்களுக்கு உங்கள் விளம்பரங்கள் எவ்வாறு செயல்படுகின்றன என்பதைப் பார்க்க உதவும்.

இந்த புள்ளி விவரங்களைப் பயன்படுத்தி, உங்கள் முயற்சிகள் வெற்றி பெறும் வாய்ப்பை அதிகரிக்க உங்கள் உள்ளடக்கம் மற்றும் விளம்பரங்களை மேம்படுத்தலாம்.

❑

12. வெற்றிகரமான ஃபேஸ்புக் மார்க்கெட்டிங் பிரச்சாரங்களின் உதாரணங்கள் : கற்றுக் கொள்ளுங்கள் மற்றும் ஈடுபடுங்கள்

ஃபேஸ்புக் மார்க்கெட்டிங் என்பது உங்கள் வணிகத்தை வளர்க்க ஒரு சக்தி வாய்ந்த கருவியாகும். வெற்றிகரமான ஃபேஸ்புக் மார்க்கெட்டிங் பிரச்சாரங்களை நடத்துவதற்கு, உங்கள் இலக்கு பார்வையாளர்களை அறிந்து கொள்வது, உங்கள் இலக்குகளை தெளிவாக வரையறுப்பது மற்றும் உங்கள் உள்ளடக்கத்தை மற்றும் விளம்பரங்களை மேம்படுத்துவது அவசியம்.

இங்கே சில வெற்றிகரமான ஃபேஸ்புக் மார்க்கெட்டிங் பிரச்சாரங்களின் உதாரணங்கள் உள்ளன.

❖ ஹெர்ஷே நிறுவனம் : ஹெர்ஷே நிறுவனம் ஃபேஸ்புக் மூலம் தங்கள் பிராண்ட் லாயல்ட்டியை அதிகரிக்க ஒரு பிரச்சாரத்தை நடத்தியது. இந்த பிரச்சாரத்தில், அவர்கள் தங்கள் ரசிகர்களுக்கு தங்கள் பிடித்த ஹெர்ஷே தயாரிப்புகளைப் பற்றிய பதிவுகளைப் பகிருமாறு கேட்டுக் கொண்டனர். இந்த பிரச்சாரம் ஹெர்ஷே நிறுவனத்திற்கு 100 மில்லியனுக்கும் அதிகமான பார்வைகளையும் 10 மில்லியனுக்கும் அதிகமான ஈடுபாடுகளையும் பெற்றது.

❖ **நோக்கியா நிறுவனம்**: நோக்கியா நிறுவனம் ஃபேஸ்புக் மூலம் தங்கள் புதிய தொலைபேசி மாதிரியை அறிமுகப்படுத்த ஒரு பிரச்சாரத்தை நடத்தியது. இந்த பிரச்சாரத்தில், அவர்கள் தங்கள் ரசிகர்களுக்கு புதிய தொலைபேசியின் வீடியோக்களைப் பார்க்குமாறு கேட்டுக் கொண்டனர். இந்த பிரச்சாரம் நோக்கியா நிறுவனத்திற்கு 1 பில்லியனுக்கும் அதிகமான பார்வைகளையும் 10 மில்லியனுக்கும் அதிகமான ஈடுபாடுகளையும் பெற்றது.

❖ **சொமடோ ஹோட்டல்ஸ்**: சொமடோ ஹோட்டல்ஸ் ஃபேஸ்புக் மூலம் தங்கள் ஹோட்டல்களுக்கு புதிய வாடிக்கை யாளர்களை ஈர்க்க ஒரு பிரச்சாரத்தை நடத்தியது. இந்த பிரச்சாரத்தில், அவர்கள் தங்கள் ஹோட்டல்களின் விலைகளைக் குறைத்து, தங்கள் ரசிகர்களுக்கு சிறப்பு சலுகைகளை வழங்கினர். இந்த பிரச்சாரம் சொமடோ ஹோட்டல்களுக்கு 10% விற்பனை அதிகரிப்பை ஏற்படுத்தியது.

இந்த பிரச்சாரங்கள் அனைத்தும் வெற்றி பெற்றதற்கு சில பொதுவான காரணங்கள் உள்ளன.

❖ அவை அனைத்தும் தெளிவான இலக்குகளைக் கொண்டிருந்தன. ஹெர்ஷே நிறுவனம் பிராண்ட் லாயல்ட்டியை அதிகரிக்க விரும்பியது, நோக்கியா நிறுவனம் புதிய தொலை பேசியை அறிமுகப்படுத்த விரும்பியது, சொமடோ ஹோட்டல்கள் புதிய வாடிக்கையாளர்களை ஈர்க்க விரும்பியது.

❖ அவை அனைத்தும் அவற்றின் இலக்கு பார்வையாளர் களை அறிந்து கொண்டன. ஹெர்ஷே நிறுவனம் தங்கள் ரசிகர் களுடன் தொடர்பு கொள்ள விரும்பியது, நோக்கியா நிறுவனம் தொழில்நுட்ப ரீதியாக ஆர்வமுள்ள பார்வையாளர்களை அடைய விரும்பியது, டோமடோ ஹோட்டல்கள் குடும்பங்களை அடைய விரும்பியது.

❖ அவை அனைத்தும் உயர்தர உள்ளடக்கத்தைப் பயன் படுத்தின. ஹெர்ஷே நிறுவனம் ரசிகர்களின் படைப்பாற்றலை

ஊக்குவித்தது, நோக்கியா நிறுவனம் உயர்தர வீடியோக்களைப் பயன்படுத்தியது, சொமடோ ஹோட்டல்கள் சிறப்பு சலுகைகளை வழங்கியது.

உங்கள் சொந்த வெற்றிகரமான ஃபேஸ்புக் மார்க்கெட்டிங் பிரச்சாரத்தை நடத்துவதற்கு, இந்த வெற்றிகரமான பிரச்சாரங்களிலிருந்து நீங்கள் கற்றுக் கொள்ளலாம். உங்கள் இலக்குகளை தெளிவாக வரையறுக்கவும், உங்கள் இலக்கு பார்வையாளர்களை அறிந்து கொள்ளவும், உயர்தர உள்ளடக்கத்தை உருவாக்கவும் உறுதிப்படுத்திக் கொள்ளுங்கள்.

❑

13. எதிர்காலத்திற்கான திட்டமிடல் : தொடர்ச்சியான வளர்ச்சி மற்றும் புதுமைகள்

ஃபேஸ்புக் மார்க்கெட்டிங் என்பது உங்கள் வணிகத்தை வளர்க்க ஒரு சக்தி வாய்ந்த கருவியாகும். இருப்பினும், ஃபேஸ்புக் தொடர்ந்து வளர்ந்து புதுமைகளைச் செய்து வருவதால், உங்கள் எதிர்காலத்திற்கான திட்டமிடலில் ஃபேஸ்புக் மார்க்கெட்டிங்கை எவ்வாறு பயன்படுத்துவது என்பதை நீங்கள் கருத்தில் கொள்ள வேண்டும்.

ஃபேஸ்புக்கின் சில முக்கிய வளர்ச்சி மற்றும் புதுமைபோக்குகள் இங்கே :

❖ தனிப்பயனாக்கம் : ஃபேஸ்புக் தனிப்பயனாக்கப்பட்ட அனுபவங்களில் மேலும் கவனம் செலுத்துகிறது. இதன் அர்த்தம், உங்கள் இலக்கு பார்வையாளருக்கு மிகவும் பொருத்தமான உள்ளடக்கத்தையும், விளம்பரங்களையும் உருவாக்குவது முக்கியம்.

❖ மைக்ரோ இன்ஃப்ளூயன்சர்களின் எழுச்சி : குறைந்த எண்ணிக்கையிலான பின்தொடர்பவர்களைக் கொண்ட ஆனால்

அதிக ஈடுபாட்டைக் கொண்ட இன்ஃப்ளூயன்சர்களுடன் இணைந்து பணியாற்றுவது, உங்கள் இலக்கு பார்வையாளர் களுடன் இணைவதற்கான சிறந்த வழியாகும்.

❖ ஷார்ட் ஃபார்ம் வீடியோவின் முக்கியத்துவம் : ஷார்ட் ஃபார்ம் வீடியோக்கள், குறிப்பாக ரீல்ஸ் மற்றும் ஸ்டோரிகள், ஃபேஸ்புக் மீது மிகவும் பிரபலமாகி வருகின்றன. உங்கள் உள்ளடக்க உத்தியில் அவற்றை சேர்த்துக் கொள்வது உங்கள் பார்வையாளர்களை ஈடுபடுத்த உதவும்.

❖ செயற்கை நுண்ணறிவின் ஒருங்கிணைப்பு : AI தொழில் நுட்பம் ஃபேஸ்புக் மார்க்கெட்டிங்கில் மேலும் அதிகமாகப் பயன்படுத்தப்படுகிறது. AI உங்கள் இலக்கு பார்வையாளர்களை அடையாளம் காணவும், உங்கள் விளம்பரங்களை மேம்படுத்தவும் உதவுகிறது.

❖ ஓம்னி சேனல் மார்க்கெட்டிங் கவனம் : ஃபேஸ்புக் உட்பட பல்வேறு சேனல்களில் உங்கள் மார்க்கெட்டிங் முயற்சிகளை ஒருங்கிணைப்பது இன்னும் முக்கியத்துவம் பெறுகிறது. இந்த இணைக்கப்பட்ட அனுபவத்தை உருவாக்குவது உங்கள் வாடிக்கையாளர்களுடன் சிறந்த உறவுகளை உருவாக்க உதவும்.

இந்த போக்குகளைப் புரிந்து கொள்வது உங்கள் எதிர்காலத்திற் கான ஃபேஸ்புக் மார்க்கெட்டிங் திட்டமிடலில் உங்களுக்கு உதவும். உங்கள் இலக்குகளை அடைய உதவும் உத்திகளை உருவாக்க, இந்த போக்குகளைப் பயன்படுத்திக் கொள்ளுங்கள்.

இங்கே சில குறிப்பிட்ட உதவிக் குறிப்புகள் உள்ளன.

❖ உங்கள் இலக்கு பார்வையாளர்களை நன்கு அறிந்து கொள்ளுங்கள். அவர்கள் யார்? அவர்கள் எங்கு வாழ்கிறார்கள்? அவர்கள் என்ன விரும்புகிறார்கள்? இந்த தகவல் உங்கள் உள்ளடக்கத்தை மற்றும் விளம்பரங்களை தனிப்பயனாக்க உதவும்.

❖ தரமான உள்ளடக்கத்தை உருவாக்குங்கள். உங்கள் பார்வையாளர்கள் கவனம் செலுத்தும் மற்றும் ஈடுபடும் உள்ளடக்கத்தை உருவாக்க உங்கள் நேரத்தையும் முயற்சியையும் செலவிடுங்கள்.

❖ உங்கள் முடிவுகளை கண்காணிக்கவும் பகுப்பாய்வு செய்யவு, உங்கள் முயற்சிகள் வெற்றி பெறுமா இல்லையா என்பதைப் பார்க்க உங்கள் முடிவுகளை கண்காணிக்கவும் பகுப்பாய்வு செய்யவும் உறுதிப்படுத்திக் கொள்ளுங்கள்.

ஃபேஸ்புக் மார்க்கெட்டிங் ஒரு தொடர்ச்சியான செயல்முறை யாகும். உங்கள் போட்டிகளையும் சந்தை போக்குகளையும் கண்காணித்து, உங்கள் உத்திகளை அவ்வப்போது சீரானதாக வைத்திருங்கள்.

❏